सकाळ प्रकाशन

भारतातील प्राचीन कोरीव मंदिरे

स्वाती देशपांडे

प्राचीन मंदिरांच्या स्थापत्य अभ्यासक

ऑल इंडिया रेडिओमधील बांधकाम विभागात काही वर्षे नोकरी केल्यानंतर स्वाती देशपांडे यांनी स्वत:चा इंटिरिअर डिझाइनिंग व बांधकामाचा व्यवसाय सुरू केला. भारतातील प्राचीन मंदिरांच्या अजोड स्थापत्याचे निरीक्षण करता करता त्यातील बारकावे त्यांनी समजून घेतले. प्राचीन कोरीव मंदिरांचा तौलनिक अभ्यास करण्यासाठी देशविदेशात त्यांनी भटकंती केली. याखेरीज, स्वाती यांना काव्यलेखनाचीही आवड असून अनेक वृत्तपत्रांत विविध विषयांवर त्यांनी लेखन केले आहे. सकस काव्यलेखनासाठी अखिल भारतीय काव्यरत्न पुरस्कार व सामाजिक कार्यासाठी स्वयंसिद्धा पुरस्कार यांसह अनेक पुरस्कारांच्या त्या मानकरी आहेत.

भारतातील कोरीव मंदिरे

स्वाती देशपांडे

सकाळ प्रकाशन

सकाळ प्रकाशन

Carved Temples of India

Swati Deshpdande

भारतातील कोरीव मंदिरे

ए - ६०२, के - ५२, कर्वेनगर पुणे, ४११०५२

सकाळ मीडिया प्रा. लि.,

५९५, बुधवार पेठ, पुणे - ४११ ००२

०२०-२४४० ५६७८/८८८८८ ४९०५०

www.sakalmediagroup.com | sakalpublications.com

sakalprakashan@esakal.com

प्रथम आवृत्ती : गुढीपाडवा, २०२१

ISBN : 978-93-87408-92-0

संपादन : ऐश्वर्या कुमठेकर

मुखपृष्ठ व मांडणी : मधुमिता शिंदे

अक्षरजुळणी : संदीप घावरे

प्रस्तावना

भारतातील कोरीव मंदिरांवर स्वाती पुस्तक लिहीत आहेत, हे ऐकून मला आनंद झाला. कारण याच समान धाग्याने आमची ओळख झाली. भारतातील मंदिरांची स्थापत्यशैली जागतिक स्तरावरील एक चमत्कार म्हणून समजली जाते.

या पुस्तकात भारतातील काही अतिसुंदर आणि महत्त्वपूर्ण कोरीव मंदिरांचा समावेश आहे. त्यापैकी काही मंदिरे मी स्वतः पाहिली आहेत. त्यामुळे या मंदिरांची रचना किती अचूक पद्धतीने करण्यात आली आहे आणि प्रत्येक मंदिर किती अद्भुत आहे, हे मी जाणतो.

या पुस्तकात स्वाती देशपांडे यांनी मंदिरांचा इतिहास, मंदिराशी संबंधित शहरांचे महत्त्व, मंदिरांचा अजोड वारसा, त्यामधील अप्रतिम कलाकुसर आणि बेजोड शिल्पाकृती यांचे अतिशय नेमकेपणाने वर्णन केले असून इंग्लिश आणि मराठी अशा दोन्ही भाषांमध्ये हे पुस्तक त्यांनी लिहिले आहे. मुळातच माझा पिंड शिक्षकाचा असल्याने आपल्याजवळील ज्ञान इतरांना दिल्यावर कसे वाटते, हे मी नक्कीच समजू शकतो.

या पुस्तकामध्ये त्यांनी मंदिरांचे बारीक सारीक तपशीलही अशाप्रकारे नमूद केले आहेत, की ते वाचल्यावर मला निश्चितपणे असे म्हणावेसे वाटते की, त्यांनी त्यांचे मनच जणू पुस्तकात उतरवले आहे! प्रत्येक मंदिराची माहिती मिळवणे आणि छायाचित्रे काढणे यासाठी त्यांनी घेतलेली मेहनत या पुस्तकात दिसून येते.

हे पुस्तक वाचल्यानंतर स्थापत्यकला तसेच भूमिती व पदार्थविज्ञानाचे ज्ञान या विषयांमध्ये आपण इतर देशांच्या तुलनेत किती आघाडीवर होतो, हे आपल्या लक्षात येईल.

तब्बल १०००हून अधिक वर्षांपूर्वी या मंदिरांत कोरलेल्या बिकिनी, बर्म्युडा परिधान केलेल्या आणि मोठमोठी कर्णभुषणे व उंच टाचेच्या चपला घातलेल्या शिल्पाकृती तसेच मंदिरांच्या भिंतींवरील पौराणिक कथा पाहून मी स्तंभित झालो.

या पुस्तकाच्या माध्यमातून कोरीव मंदिरांचा इतिहास वाचकाला सहज समजेल, अशा पद्धतीने सोप्या भाषेत आणि रंजकपणे मांडल्याबद्दल एक शिक्षक म्हणून मी त्यांचे कौतुक करतो.

सर्व वाचकांना हे पुस्तक आवडेल आणि त्यातून मंदिरांबाबतचे त्यांचे कुतूहल आणि रस वाढेल, अशी सदिच्छा मी व्यक्त करतो.

(Dr. S.B.Mujumdar)

डॉ. शां. ब. मुजुमदार

संस्थापक अध्यक्ष, सिंबायोसिस

मनोगत

विविध रंगरूपाच्या पर्णपुष्पसंभाराने ज्यांची पूजा बांधली आहे... अत्तरे, चंदन, भस्म, गंध अशा सुगंधी वस्तूंचे ज्यावर लेपन केले आहे आणि सामान्य वस्त्रेदेखील, ज्यांनी ती ल्यायली म्हणून दिव्य भासत आहेत, अशा भगवान शंकरांची पिंड, केशवाची अथवा माधवाची मूर्ती म्हणजे तेजाचे अपरंपार भांडार आहे... जिने भरजरी वस्त्रे नेसली आहेत व सोन्या-हिऱ्याचे अलंकार घातले आहेत... जिच्या तेजस्वी मुद्रेपुढे या अलंकारांची चमकही क्षीण भासत आहे... जिच्या डोळ्यांतून कधी शांत, वत्सल किंवा उग्रभाव प्रकट होत आहेत... अशी प्रत्येक देवीची मूर्ती म्हणजे जगाची तारणकर्ती आहे... तेल-तुपाच्या स्निग्धतेने, कापसाच्या वातीने निर्माण होणाऱ्या मंद प्रकाशाने अंधाऱ्या जागेतील सात्त्विकतेला चमकदार किनार लाभली आहे व तिने उजळून निघालेला मंदिराचा गाभारा म्हणजे अखंडित ऊर्जेचा स्रोत आहे, असे मला वाटत होते.

मंदिरांमधील गुळगुळीत दगडी फरशीवरून चालताना मी मनाने अनेक शतके मागे गेले. घोड्यांच्या टापांचे आवाज, रथांचा खडखडाट, उंची वस्त्रे व अलंकार परिधान केलेल्या राजा-राणींचे सामर्थ्य व वैभव मी अंत:चक्षूने पाहिले. त्यांच्या सेवकांची त्यांच्याप्रति असलेली निष्ठा अनुभवली. प्रजाजनांमध्ये पसरलेला आनंद पाहिला. सुरेल संस्कृत मंत्रोच्चार जिथे घुमत आहेत, असे अग्रहार पाहिले. वैभव, सामर्थ्य, अध्यात्म व बुद्धिमत्ता जिथे एकत्र नांदत आहेत, अशा पवित्र भूमीवर मी उभी होते. मंदिरांची परिक्रमा व निरीक्षणे करता-करता भूतकाळातून मी परत वर्तमानकाळात येत होते.

स्त्री-पुरुषांची रेखीव, दगडी आणि तरीही सुकुमार भासणारी शिल्पे आत्ता पाय पुढे करुन अचल जगतातून चल जगतात अवतरत आहेत, असे मला वाटत होते. त्यांच्या लयबद्ध हालचालीमुळे होणारी दागिन्यांची नाजूक किणकिण, तलम वस्त्रांची सळसळ मी जणू प्रत्यक्ष अनुभवत होते. त्यांचे अनावृत्त सौंदर्यही इतके स्वर्गीय भासत होते, की स्पर्श करण्याऐवजी दुरूनच हात जोडून वारंवार नतमस्तक होण्याची इच्छा व्हावी. अशा अनेक अनुभवांना सामोरे जात मी अनेक मंदिरांना भेटी दिल्या. त्यावेळी मनात कसलेही विचार

अथवा विकार नसल्यामुळे मी जणू हवेत तरलतेने संचार करीत आहे, अशा दिव्य जाणिवेचा साक्षात्कार मला झाला. अशा प्रकारच्या आध्यात्मिक अनुभवाच्या पार्श्वभूमीवर मी भौतिक दृष्टिकोनातून विचार करू लागले की, मी जर इतक्या मंदिरांचा प्रत्यक्ष अनुभव घेतला आहे व त्यांची हजारो छायाचित्रे माझ्या संग्रही आहेत, तर या सर्वांचे संकलन पुस्तकरूपाने प्रसिद्ध का करू नये? अशा प्रकारे लिहिलेले हे पुस्तक कोणासाठी असेल, असा विचार मी अंतर्मुख होऊन करू लागले तेव्हा मला असे जाणवले की हे पुस्तक खालील सर्वांनाच उपयोगी पडेल असे आहे –

- **शालेय विद्यार्थी :** हा अभिमानास्पद सांस्कृतिक वारसा आहे, जो त्यांना कळायलाच हवा.
- **पर्यटक :** मंदिर पर्यटनाचा अनुभव नसलेल्या लोकांना, मंदिरे व स्थापत्य पाहण्याची इच्छा व्हावी.
- **भाविक :** जेथे हजारो वर्षे पूजाअर्चा होत आली आहे, अशा जुन्या मंदिरांचे दर्शन व माहिती व्हावी.
- **तरुण पिढी :** ज्या मंदिरांची निगराणी चांगल्या पद्धतीने राखली गेली आहे, त्यापासून प्रेरणा घेऊन त्यात मोलाचा वाटा देण्यासाठी. पडझड झालेल्या मंदिरांची पुनर्बांधणी कशी करता येईल, त्यासाठी पाठपुरावा कसा करता येईल, याबाबत. मंदिरात काय, कसे पाहावे किंवा मंदिर परिसरात वागण्याचे नियम कोणते, याबद्दलची माहिती व्हावी.
- **अभ्यासक :** मंदिरांचा किंवा भारतीय शिल्पकलांचा अभ्यास करणाऱ्या लोकांना नवीन माहिती मिळावी.
- **इतर :** जे काही कारणास्तव प्रवास करू शकत नाहीत, त्यांना अशी भव्य मंदिरे व त्यांच्यावरील अप्रतिम कलाकुसर पाहण्याची संधी लाभावी.

सद्यःस्थितीत सभोवतालची सामाजिक परिस्थिती इतकी संवेदनशील झाली आहे, की त्यातून योग्य पद्धतीने तरून जाण्यासाठी व्यक्तीने स्वतःमधील व इतरांमधील सात्त्विक भाव जागवणे अत्यंत आवश्यक होऊन बसले आहे. स्वतःची आध्यात्मिक ताकद वाढविल्याशिवाय, दुसऱ्यांमध्ये बदल घडविणे कसे शक्य होईल? ज्या वातावरणात अधिक प्रमाणात सकारात्मक ऊर्जा आहे, तेथे वावरणे नक्कीच हितकारक आहे.

प्राचीन भारतीय स्थापत्यकला ही सर्वोच्च श्रेणीची म्हणून गणली जाते. वास्तूच्या बारीकसारीक बाबींचे विश्लेषण व विवरण करणारे स्थापत्यशास्त्रावरील प्राचीन ग्रंथ दुसऱ्या देशांमध्ये अभावानेच आढळतील.

भारतीय स्थापत्यशास्त्रापासून प्रेरणा घेऊन एकोणिसाव्या किंवा विसाव्या शतकातही जगभरात अनेक स्मारके, धार्मिक प्रार्थनास्थळे निर्माण झाली. त्यांची प्रशंसा करताना भारतातील स्थापत्य वारशाची अभिमानास्पद जाणीव मनात असायला हवी. अनेक परदेशी अभ्यासक भारतीय मंदिरांचा व शिल्पकलेचा अभ्यास करून नावारूपाला आले. हिंदू (जैन, बौद्ध सहित) मंदिरांचे सखोल ज्ञान प्राप्त करण्याची त्यांची तळमळ खरोखरच प्रशंसनीय आहे. जगभरातील स्थापत्य व कलाप्रेमींच्या अभ्यासाचा विषय असलेल्या या मंदिरांची प्राथमिक माहिती तरी सर्वांना असावी, असे मला वाटते.

मंदिराच्या पायापासून कळसापर्यंत प्रत्येक भागाला प्राचीन काळापासून विशिष्ट संज्ञा आहेत. प्रांतानुसार काही ठिकाणी या नावांमध्ये बदल आढळतो. मंदिरांचे आराखडेही शास्त्रशुद्धरीत्या तयार केले जात होते, असे दिसते. त्यात प्रामुख्याने भौगोलिक स्थिती, मंदिर कुठल्या देव–देवतेला समर्पित आहे व वास्तुशास्त्र या बाबी प्रामुख्याने अंतर्भूत होत्या. अशा अभ्यासामुळेच शिवपिंडीच्या संपर्कात पाणी (काही ठिकाणी या पाण्याची खोली मोजणेही शक्य झालेले नाही), देवमूर्तीवर विशिष्ट कालावधीत पडणारी सूर्यकिरणे इ. आश्चर्यकारक वाटणाऱ्या गोष्टी पाहायला मिळतात. प्राचीन काळी भारतात स्थापत्यशास्त्राचा अभ्यास इतका सखोल होता

की, आजच्या काळातही त्याची बरोबरी करणे शक्य होत नाही. संपूर्ण मंदिराचे वजन एखाद्या खांबावर किंवा कमानीवर तोलणे, हवेत मूर्ती अथवा शिवपिंड तरंगत ठेवणे, गुळगुळीत खांबांमध्ये वेगवेगळ्या प्रकारची प्रतिबिंबे दिसणे यांसारख्या खुबीच्या गोष्टींचा उलगडा देशी–विदेशी अभ्यासकांनाही पूर्णत्वाने अद्याप झालेला नाही.

बरीच वर्षे लोकांचा असा समज होता की, मंदिराबाहेर जी शिल्पे अथवा मूर्ती कोरण्यात अथवा ठेवण्यात आल्या आहेत, त्यामागे फारसा काही विचार नसतो. पण अनेक दशकांच्या अभ्यासानंतर काही संशोधकांनी त्यावरही प्रकाश टाकला आहे. देवदेवता अथवा त्यांचे विशिष्ट अवतार विशिष्ट स्थानी ठेवण्यामागेही काही संदेश देण्याचा हेतू आहे, असे सिद्ध झाले आहे. विस्तारभयास्तव या गोष्टीचे विवरण इथे करणे योग्य नाही व या पुस्तकाचा तो हेतूही नाही. मंदिर स्थापत्यावर अनेक ग्रंथ उपलब्ध असूनही त्या नियमात बद्ध होण्याबरोबरच भारतीय स्थापत्यशास्त्र हे नेहमीच प्रयोगशीलतेवरही भर देण्यास मुक्त होते. म्हणूनच त्यात इतके वैविध्य आजही दिसून येते.

पूर्वीच्या राजेरजवाड्यांनी भेदभाव न करता सर्व पंथीयांसाठी मंदिरे बांधली. ही मंदिरे म्हणजे फक्त प्रार्थनास्थळे नसून ती एक प्रकारची शैक्षणिक केंद्रे व जनसामान्यांना एकत्रित करणारी श्रद्धास्थाने होती, असे म्हणावे लागेल. याच मंदिरांच्या परिसरात नृत्य, संगीत व सर्व प्रकारच्या हस्तकला बहरत गेल्या. काही ठिकाणी मंदिरांमधून न्यायनिवाडाही केला जात असे. ही मंदिरे म्हणजे प्रादेशिक इतिहास, तत्कालीन समाजशास्त्र, नियोजनबद्ध राज्य व शिस्तबद्ध व्यापार यांचे दर्शन घडविणारा आरसा होय.

ज्या शिल्पकारांनी जीव ओतून व अपार मेहनतीने अगणित शिल्पे कोरली, त्यांची थोरवी शब्दांत वर्णन करणे अशक्य आहे. कलेशी असणारी त्यांची निष्ठा भारतीय स्थापत्यकलेला जागतिक पातळीवर उच्च मानांकन मिळवून देणारी आहे. ते केवळ कलाकृती निर्माण करणारे कारागीर नव्हते; तर त्या कलाकृतीत जिवंतपणा आणण्याची क्षमता असणारे चतुरस्र ज्ञानी होते. त्यांचा पुराणे, शरीरशास्त्र, संगीत, नृत्य, नाटक, वास्तुशास्त्र, मानसशास्त्र, निसर्गशास्त्र, समाजशास्त्र, इतिहास, गणित व भूमिती या सर्वांचा अभ्यास होता. म्हणून त्यांच्या हातून निर्माण झालेले यक्ष, गंधर्व, किन्नर, सुरसुंदरी व देवदेवता यांची शिल्पे केवळ दगडी शिल्पे न राहता चेहऱ्यावरील भाव व देहबोली यांच्या माध्यमातून व्यक्त होणारी त्रिमितीय सजीव पात्रे म्हणून जन्माला आली. लाकडावर व हस्तिदंतावर शोभणारी बारीक कलाकुसर दगडावरही कोरून या शिल्पकारांनी त्याचे रूपच पालटवून टाकले. भिंतींवर व खांबांवर केलेले नक्षीकाम सुवर्णकारांना आजही नव्याने प्रेरणा देत आहे. होयसाळेश्वर व सोमनाथपुरातील चेन्नकेशवा या मंदिरांवरील शिल्पे पाहताना त्यांच्या हाताच्या व पायाच्या बोटांची नखेही वारंवार लक्ष वेधून घेत होती. त्यांचा रेखीवपणा व जिवंतपणा हा कुठल्याही शब्दांत बद्ध करणे शक्य होणार नाही. ती अनुभवण्याची गोष्ट आहे.

- **मंदिरांवरील मैथुनशिल्पे** :

मंदिरात आपण देवदर्शनासाठी, आध्यात्मिक अनुभूती घेण्यासाठी जातो. असे असताना मंदिराच्या बाह्य भिंतीवर प्रणयप्रसंग अथवा मैथुनशिल्पे कोरण्याचे प्रयोजन काय, हा एक हमखास विचारला जाणारा प्रश्न आहे. काही वेळा मंदिरांच्या अगदी दर्शनी भागावर प्रवेशद्वारापाशीच हे प्रसंग कोरलेले असतात. ही शिल्पे 'कामसूत्रावर' आधारित आहेत. त्यांच्या प्रयोजनाविषयी अनेक कारणमीमांसा प्रचलित आहेत –

- आध्यात्मिक अनुभूती घेण्यासाठी तुमच्या विषयवासना बाहेर ठेवून या (मंदिराच्या व मनाच्याही).
- आत्म्याचे परमात्म्याशी होणारे मीलन दैवी आनंद देते, हे दर्शविण्यासाठी.

- तांत्रिक उपासना करण्यासाठी.
- आध्यात्मिकतेमध्ये रममाण होण्यापूर्वी भौतिक जगातील कर्तव्ये पार पाडणे आवश्यक आहे, याची जाणीव होण्यासाठी.
- पुराणात अशा कामुक मूर्तींना 'मंगलमय' म्हटले आहे. मैथुनशिल्पांच्या बारकाव्यामागे 'कामकलायंत्र' लपवले आहे. सांकेतिक वास्तुकलेचे हे सर्वांत मोठे उदाहरण आहे. या शिल्पांमागे 'संध्याभाषा' गर्भित आहे; जी कुणी ज्ञानीच समजू शकतो.

■ **मंदिरांसंदर्भात पुरातत्त्व विभागाची कामगिरी :**

मंदिराच्या रूपात असलेला सांस्कृतिक वारसा जतन करण्यात पुरातत्त्व विभागाचा वाटा अतिशय मोलाचा आहे. ऊन, वारा व पाऊस झेलत शतकानुशतके उभी असलेली ही मंदिरे काही प्रमाणात काळाच्या पंजात सापडून छिन्नविच्छिन्नही झालेली होती. ब्रिटिश दफ्तरात असलेली जुनी छायाचित्रे मंदिरांच्या स्थितीवर चांगलाच प्रकाश टाकू शकतात. काही मंदिरे पुरातत्त्व विभागाच्या अथक मेहनतीने नव्यासारखी उभी आहेत. प्रत्येक दगड न् दगड त्यावर क्रमांक टाकून परत उभा करण्यात आला आहे. महाराष्ट्राच्या तुलनेत कर्नाटकातील पुरातत्त्व विभागाची कामगिरी अनेक पावले पुढे आहे. तेथील मंदिरे अतिशय सुंदररीत्या जतन केली आहेत. भोवतालचा परिसरही सुशोभित करण्यात आला आहे. महाराष्ट्रातील काही मंदिरे मात्र एकाकी व ओसाड वाटतात. उदा. गोंदेश्वरासारखे अप्रतिम मंदिरही भोवतालच्या रुक्ष परिसराने प्रभावहीन वाटते. अकोल्याचे सिद्धेश्वर मंदिरही त्याला दिलेल्या विचित्र रूपाने कुरूप वाटते. सातार्‍यातील परळीची दोन जोड–मंदिरे तर पूर्ण भग्नावस्थेत आहेत. लोणी भापकर, पुणे येथील अप्रतिम वराह शिल्प उघड्यावर पडले आहे. त्याची सुशोभित, नेटक्या मंडपात स्थापना होईल, तो सुदिन! पुष्कळशा जुन्या मंदिरात त्या गावातील लोक कशीही ऊठबस करतात. दुरून मंदिरे बघायला आलेल्या जिज्ञासूंना जेव्हा टिंगल–टवाळ्या करीत मंदिरात पाय पसरून बसलेले तरुण बघायला मिळतात, तेव्हा मनात विषाद दाटून येतो. कोणी मंदिरांच्या अनमोल शिल्पांवर स्वतःचे नाव कोरण्यात दंग असते तर काही मंदिरांच्या दगडी फटींतून झाडे अस्ताव्यस्त वाढलेली दिसतात. कर्णेश्वर (रत्नागिरी) मंदिरासारखे सुंदर मंदिर पावसाळ्यात सगळीकडून पाणी गळल्यामुळे जलमय होतेच, शिवाय त्याचे छत व खांबही आतून खराब होतात. सर्वच बाबतीत पुरातत्त्व विभागावर अवलंबून न राहता लोकांनी स्वतः जागरूकता दाखविली तर निश्चितच वेगळे चित्र दिसेल.

एका गावातील जुन्या मंदिराला एका धनाढ्याने बराच पैसा दान स्वरूपात दिला. त्याचे काय करायचे हा प्रश्न पडून मंदिर व्यवस्थेने प्राकाराची चांगली भिंत पाडून तेथे सिमेंटची भिंत बांधली. मंदिराबाहेरचा जुन्या वृक्षाचा भव्य पार (दगडी) मोडकळीला आला आहे, तिकडे कोणाचे लक्षही नाही. गावातच एक जुने दगडी कुंड आहे. त्यावरचे सुरेख कोरीव काम भग्नतेकडे झुकू लागले आहे. त्याला वाचवायचा खटाटोप त्यांना कदाचित निरर्थक वाटला असावा. अशा एक ना अनेक घटना या दौर्‍यात नजरेस आल्या. त्या संदर्भात आम्ही जनजागृतीच्या कामाला पूर्वीच सुरुवात केली आहे.

■ **या वैभवशाली राजधान्या ?**

बदामी–ऐहोळेसारखी कोपऱ्याकोपऱ्यावर जुन्या खुणा मिरवणारी ठिकाणे एकेकाळी अतिशय वैभवसंपन्न होती. आज विपन्नावस्थेतली ही गावे पाहताना मनात दुःख दाटून येते. काही ठिकाणी झोपडपट्ट्यांतून जावे लागते. रस्त्यावर येणारे पाण्याचे ओघळ, लोकांची वखवखलेली वृत्ती मनात तुलना निर्माण करते. काही

ठिकाणी शाळकरी मुले गाड्यांसमोर दोरी धरून उभी राहतात व प्रवाशांकडून पैसे मागतात. एके काळी जिथे संपत्ती ऊतू जात होती, तिथले आजचे चित्र अकल्पनीय आहे.

जागतिक वारसा स्थळ असलेल्या पट्टदकलमधील पापनाथ मंदिराच्या परिसरात प्रवेश करताच सांडपाण्याची धार स्वागत करते. हंपीचे दगडी नळ व इतर मंदिरातील पाण्याची जुनी व्यवस्था कौतुकाने न्याहाळणारे आपण या वाहत्या सांडपाण्यासाठी एक पाईप टाकायची मागणी करू शकत नाही?

सोमनाथपुरासारख्या गावात केशवाचे भव्य मंदिर उभे आहे. तेथील पूजा कधीच बंद झाली आहे. मंदिर परिसरात सुन्न व संपूर्ण गावातच एक प्रकारचे भयाण वातावरण जाणवते. हे वातावरण व तेथील नकारात्मक लहरी बदलण्यासाठी प्रयत्न करायला हवेत. पण ही इच्छा किती जणांच्या मनात निर्माण झाली असेल?

- **पुस्तकाविषयी :**

या पुस्तकात एकूण ५६ मंदिरांचा समावेश आहे. सर्व मंदिरे ही दगडी कोरीव काम केलेली आहेत. या पुस्तकात महाराष्ट्र व कर्नाटकमधील मंदिरे प्रामुख्याने घेतली असून काही मंदिरे ओडिशातील आहेत. प्रत्येक मंदिराविषयी थोडक्यात माहिती देण्याचा प्रयत्न केला आहे. 'मंदिरांची छायाचित्रे' हे या पुस्तकाचे वैशिष्ट्य आहे. ती पाहताना मंदिर परिसरात फेरफटका मारल्याचा आनंद वाचकांना मिळेल अशी आशा आहे.

या पुस्तकातील काही छायाचित्रे माझा मुलगा गौरवने तर काही माझे पती श्री. संजय देशपांडे यांनी काढली आहेत. अनेक मंदिरांची हजारो छायाचित्रे नीट संच करून लावणे हे महाकठीण काम गौरवने केले. त्याबद्दल त्याचे कौतुक करावे, तेवढे थोडेच आहे. ही अतिशय सुंदर व दुर्मिळ छायाचित्रे असून जागेच्या अभावी त्या सर्वांना पुस्तकात न्याय देता आला नाही, याची खंत वाटते.

हे पुस्तक करण्यासाठी 'सकाळ' प्रकाशनाने पुढाकार घेतल्याबद्दल मी प्रकाशनाचे प्रमुख श्री. आशुतोष रामगीर व संपादक ऐश्वर्या कुमठेकर यांची ऋणी आहे. पुस्तकाची देखणी मांडणी व मुखपृष्ठ करणाऱ्या मधुमिता शिंदे यांचा उल्लेख आवर्जून करायला हवा.

कंबोडियामध्ये संपन्न झालेल्या विश्व मराठी साहित्य संमेलनामध्ये या पुस्तकाचे औपचारिक प्रकाशन झाले, ही देखील एक आनंदाची गोष्ट!

पुस्तकलेखनाचा वारसा मला ज्ञानदान आणि निसर्गसंवर्धन कार्यात आपले आयुष्य व्यतीत करणारे माझे पिता श्री. वसंतराव प्रभुदेसाई आणि माता सौ. अलका प्रभुदेसाई यांच्याकडून मिळाला आहे. त्यामुळे हे पुस्तक मी त्यांनाच कृतज्ञतापूर्वक अर्पण करते. या पुस्तकासाठी प्रत्यक्ष व अप्रत्यक्षरीत्या इतर अनेकांचे सहकार्य लाभले, त्या सर्वांचे आभार!

– स्वाती देशपांडे

अनुक्रमणिका

अनुक्रमणिका

नारायणेश्वर

नारायणेश्वर

स्थान : महाराष्ट्रातील पुणे शहरापासून ४५ कि. मी. अंतरावर असलेल्या नारायणपूर येथे.

दैवत / देवता : भगवान शंकर

- **स्थापत्य :** यादवकाळातील हे मंदिर हेमाडपंथी शैलीत व काळ्या दगडात बांधले आहे. मंदिराच्या खांबांवर यादवकाळातील शिलालेख पाहायला मिळतात. मंदिरात मुखमंडप, सभामंडप, अंतराळ व गाभारा आहे. खांब असलेल्या मुखमंडपात नंदी व अर्धस्तंभ आहेत. छप्पर अस्तित्वात नाही. सभामंडपात आणखी एक मोठा धातूचा नंदी बसवलेला आहे. मुख्य दरवाजा व गाभाऱ्याचा दरवाजा या दोन्हींवर कोरीव काम केले आहे. शिवाजी महाराजांच्या मातोश्री जिजाबाई यांनी दिलेले सोन्याचे शिवलिंग गाभाऱ्यात स्थापित आहे. या

शिवलिंगाच्या खाली ब्रह्मा, विष्णू, महेश यांचे प्रतीक असलेले त्रिपिंड गुप्त शिवलिंग आहे. मंदिराचे शिखर विटांचे व भुलेश्वर मंदिराच्या शिखराशी साम्य दर्शवणारे आहे. शिखराला घुमट व अनेक गोपुरे आहेत. शिखराच्या दर्शनी भागावर भव्य व सुंदर असा नागाचा फणा कोरला आहे. मंदिराच्या बाह्य भिंतीवर सुंदर आडव्या पट्ट्यांचे नक्षीकाम आहे. कोनाड्यात देवांच्या मूर्ती आहेत. मंदिराला मोठे आवार आहे. त्यात औदुंबराचा एक जुना वृक्ष आहे. तोही लोकांकडून पूजला जातो. त्याच्यावर भरपूर पक्ष्यांचे वास्तव्य आहे. मंदिरासमोर दीपमाळ आहे.

घानव व वेकरी नदीच्या संगमावर वसलेल्या या मंदिरावर तेराव्या शतकात हिसामुद्दीनने अनेक वेळा आक्रमण केले. जवळच असलेले दत्ताचे मंदिर खूप प्रसिद्ध असून लांबून लोक दर्शनाला येतात. पण त्या मानाने नारायणेश्वर मंदिर फार थोड्या लोकांना माहीत आहे. स्थानिक लोक मात्र मंदिरात नियमाने दर्शनाला जातात. महाशिवरात्रीसारखे उत्सव मंदिरात भाविकतेने साजरे होतात.

विद्याशंकर

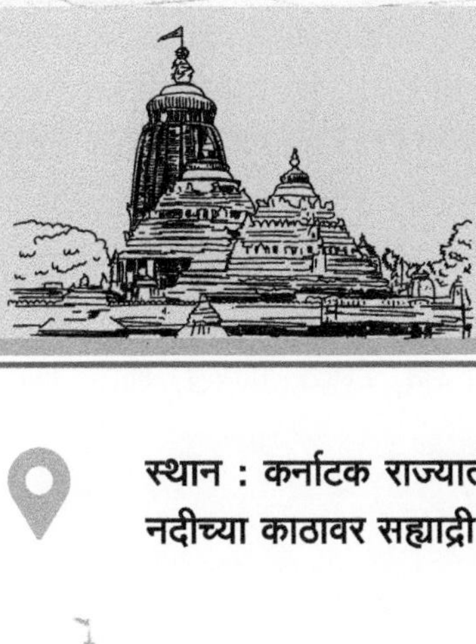

विद्याशंकर

स्थान : कर्नाटक राज्यातील चिकमगळूरपासून ८९ कि. मी. वर असलेल्या शृंगेरी येथे तुंगा नदीच्या काठावर सह्याद्री पर्वतरांगांमध्ये.

दैवत / देवता : भगवान शंकर

■ **ऐतिहासिक पार्श्वभूमी :** आदिशंकराचार्यांच्या पदस्पर्शाने पावन झालेल्या शृंगेरी येथे १३३८ मध्ये गुरू विद्यातीर्थ यांच्या स्मरणार्थ विद्याशंकर मंदिर बांधण्यात आले.

■ **स्थापत्य :** होयसळ व द्रविड शैलीमध्ये हे मंदिर बांधले आहे. मंदिर जगतीवर उभे असून पिवळसर दगडात बांधले आहे. दगडी फरश्या घातलेल्या एका भव्य परिसरात असलेले मंदिर एखाद्या रथाप्रमाणे भासते. पश्चिमेला गर्भगृह असून त्याच्या प्रवेशद्वाराच्या दोन्ही बाजूला गणपती व दुर्गा यांच्या शिल्पाकृती

धन्वंतरी

देवी अन्नपूर्णा

आहेत. गर्भगृहाच्या उर्वरित तीन बाजूंना ब्रह्मा, विष्णू व महेश यांची शिल्पे देवींसह आहेत. आदिशंकराचार्यांनी शारदांबा मंदिरात स्थापलेली शारदेची चंदनाची मूर्ती, जी नंतर भग्न झाली, ती विद्याशंकर मंदिरात सध्या ठेवलेली आहे. वेणूगोपाळ व श्रीनिवास यांच्या माणिकमूर्ती व एका मोठ्या मोत्यातून बनवलेला नंदीही मंदिरात स्थित आहे. विजयनगर साम्राज्याच्या आर्थिक मदतीबद्दलचे अनेक शिलालेख मंदिरात सापडतात. मंदिराच्या गर्भगृहात 'विद्याशंकर लिंग' स्थापित केलेले आहे. दोन्ही अयनांच्या दिवशी सूर्याची किरणे सरळ शिवलिंगावर पडतात.

मंदिराच्या बाह्य भिंतीवर आदिशंकराचार्यांनी पारिभाषित केलेल्या शैव, वैष्णव, षण्मुख, शाक्त, गणेश आणि सूर्य या सहाही पंथांच्या देवतांच्या प्रतिमा कोरल्या आहेत. मंदिराच्या ज्या भिंतीवर दशभुज चंद्रभगवान कोरले आहेत, त्यावर सूर्यकिरण पडत नाहीत. दुर्गामातेच्या प्रतिमेच्या खाली चांदणी कोरली आहे, त्यावर चंद्रकिरण पडत नाहीत.

मंदिराच्या मागच्या बाजूच्या भिंतीवर विष्णूचे

घाटावरील शिवपिंड आणि पादुका

दहा अवतार कोरलेले आहेत. त्यात बुद्धाचाही समावेश आहे. मंदिरात पूर्वेकडे असलेल्या मंडपात १२ खांब आहेत. त्यावर १२ राशीचिन्हे कोरलेली आहेत. सौर महिन्यानुसार सूर्याची किरणे त्या-त्या राशीस्तंभावर पडतील, अशी त्यांची रचना आहे. प्रत्येक स्तंभावर गर्जना करणारा सिंह असून त्यांच्या तोंडात बाहेर काढता न येणारे दगडी चेंडू गोल फिरवता येतात. मंदिराच्या भिंतीवर पुराणातील ६१ प्रतिमा कोरल्या आहेत. मंदिराला सहा प्रवेशद्वारे आहेत. छताचा मध्यभाग कोरीव कामाचा उत्कृष्ट नमुना असून त्यावर कमळ व पोपट कोरले आहेत.

गर्भगृहाचे विमान शिखर, महापद्म व स्तूप यांनी युक्त आहे. उर्वरित छत उतरते आहे. पूर्व प्रवेशद्वारापाशी छताच्या खाली कोपऱ्यात दगडी साखळ्या लटकत आहेत. ज्या विजयनगर काळाचे प्रतीक आहेत. कार्तिक शुक्ल पक्षात सात दिवसांचा रथोत्सव अतिशय मोठ्या प्रमाणात साजरा केला जातो.

मंदिराच्या मागे वाहणाऱ्या तुंगा नदीवर सुंदर पायऱ्यांचा मोठा घाट असून नदीत भरपूर मासे आहेत. मंदिराला भेट देणारे पर्यटक व भाविक मोठ्या आवडीने या माशांना खाऊ घालतात. या नदीमध्ये मासेमारीला बंदी आहे. मंदिर परिसरातून नदी, नदीवरचा पूल, गर्द झाडीने आच्छादलेल्या टेकड्या, झाडीतून डोकावणारी इतर मंदिरांची शिखरे, नदीकाठचा घाट इत्यादी मनोरम दृश्य दिसते. याउलट, नदीपलीकडून पाहिले असता मंदिर बसलेल्या एखाद्या डौलदार हंसाप्रमाणे भासते.

मंदिर परिसरात इतर अनेक मंदिरे आहेत. शृंगेरी मंदिर संकुलात २०१४ मध्ये १२७ फूट उंच राजगोपुर बांधले गेले. ते अतिशय आकर्षक आहे. मंदिर परिसराची काळजी भारतीय पुरातत्त्व विभागाकडून घेतली जाते.

तांबडी सुर्ला

तांबडी सुर्ला

स्थान : गोवा राज्यातील पणजीपासून ६५ कि. मी. वर भगवान महावीर अभयारण्यात अनमोद घाटातील घनदाट जंगलात सुर्ला नदीच्या सान्निध्यात.

दैवत / देवता : भगवान शंकर व विष्णू

▪ **ऐतिहासिक पार्श्वभूमी :** हे मंदिर बाराव्या शतकात यादव राजा रामचंद्राचे मंत्री हेमाद्री यांनी बांधले. मंदिराचे जैन स्थापत्याशी साधर्म्य आहे. हे मंदिर हेमाडपंथी शैलीतील असून दक्षिण पठारावरून वाहून आणलेल्या काळ्या बसाल्टमध्ये बांधले आहे. अहिहोळे येथल्या मंदिरांशी या मंदिराचे साम्य आहे.

▪ **स्थापत्य :** गर्भगृहात मोठे शिवलिंग चौथऱ्यावर स्थापित आहे. मंदिर पूर्वाभिमुख असून सूर्याची पहिली किरणे शिवलिंगावर पडतात. मंदिराला गर्भगृह, अंतराळ व खांब असलेला उघडा नंदीमंडप आहे. मंडपाचे छत

दगडी व उतरते आहे. मंडपाचे चार स्तंभ नक्षीदार असून त्यावर हत्ती कोरलेला आहे. छतावर अष्टकोनी कमळे कोरलेली आहेत. विमान कदंबा नागर शैलीतले असून ते एक तर अर्धवट राहिलेले आहे किंवा मागे कधीतरी उद्ध्वस्त करण्यात आले असावे. या मंदिरात शिवाची नित्य पूजा होते.

मंडपाच्या मध्यभागी एक शिर नसलेला नंदी आहे. एका स्तंभाच्या तळाशी कदंबाचे राजचिन्ह – हत्ती घोड्याला चिरडतो आहे; असे कोरलेले आहे. मंदिर जरी शिवाचे असले तरी विष्णूच्या प्रतिमाही कोरलेल्या आढळतात. विमानावर लक्ष्मी–नारायण, सरस्वती, नृत्यशिव, भैरव व ब्रह्मा तीन बाजूंवर कोरले आहेत व पूर्वेला सुखनासी आहे. त्या काळातील जैन मंदिरांशीही या मंदिराचे साधर्म्य आहे. मंदिराच्या एकाकी स्थानामुळेच पोर्तुगीज हल्ल्यापासून हे मंदिर वाचले असावे.

गंगाधरेश्वर

गंगाधरेश्वर

स्थान : महाराष्ट्राच्या अहमदनगर जिल्ह्यात संगमनेरपासून २५ कि. मी. वर असलेल्या अकोले गावात.

दैवत/ देवता : भगवान शंकर

■ **ऐतिहासिक पार्श्वभूमी :** १७८२ मध्ये कृष्णाजी अंबादास पोतनीस (पंत) यांनी हे मंदिर बांधले असून उर्वरित बांधकाम त्यांचे चिरंजीव अमृतराव पोतनीस यांनी पूर्ण केले. मंदिरासाठी प्रवरेकाठच्या सातुरी टेकड्यांवरून काळा दगड वाहून आणण्यात आला होता. मंदिराच्या बांधकामासाठी त्याकाळी चार लाख रुपये खर्च आला होता.

■ **स्थापत्य :** मंदिराभोवती उंच दगडी भिंत आहे. मंदिर परिसराला दोन प्रवेशद्वारे असून त्यातील एक वापरात आहे व दुसरे बंद आहे. मंदिराची उंची ५४ फूट, लांबी ७५ फूट व उंची ३५ फूट आहे. मंदिराचे

कारागीर राजस्थानहून आणले होते. मंदिराच्या बांधकामात काही ठिकाणी लोखंडी पट्ट्या वापरल्या आहेत.

मंदिराला मोठा सभामंडप असून त्याला वेगळे जोडखांब आहेत. दोन खांबांच्या मध्ये नक्षीदार कमान आहे. छतही वेगळे असून गोलाकार आहे. गर्भगृहाच्या चौकटीच्या भोवताली गीतगोविंदातील 'राधाकृष्ण विलास' कोरला आहे. गाभाऱ्यात शिवलिंग स्थित आहे. पिंडी समोर बाहेरच्या बाजूस अलंकृत नंदी आहे. मंदिर पूर्वाभिमुख असून शिखर भूमिज पद्धतीचे आहे. शिखरावर तिन्ही बाजूस ध्यानस्थ शिवाच्या प्रतिमा आहेत. मंदिराची बाहेरची भिंत वेली व पाने यांच्या कोरीव कामाने सुशोभित आहेत. हे मंदिर जरी खासगी असले तरी दर्शनासाठी सर्वांना खुले असते. मंदिरावर ध्वजदंड अडकविण्याच्या जागी शक्तिमान मानवी आकृत्या कोरलेल्या आहेत.

मकरमुख

सिद्धेश्वर

सिद्धेश्वर

स्थान : महाराष्ट्रातील अहमदनगर जिल्ह्यातील संगमनेरपासून २५ कि. मी. वरील अकोले गावात.

दैवत/देवता : भगवान शंकर

▪ **ऐतिहासिक पार्श्वभूमी :** प्रवरेच्या काठी हे मंदिर शीलाहार राजांनी पाचव्या शतकात बांधले असावे, असे मानले जाते. या मंदिराबद्दल फार थोडी माहिती उपलब्ध आहे. प्रवरेच्या गाळात हे मंदिर १७८० पर्यंत गाडले गेले होते. त्यानंतर ते गाळातून काढून साफ केले गेले.

▪ **स्थापत्य :** मंदिराला पूर्व व पश्चिम दोन्हीकडे प्रवेशद्वारे आहेत. दोन्ही मुखमंडपांना नक्षीदार स्तंभ असून ते उघडे आहेत. प्रवेशद्वारांना खूप कोरीव काम केलेले आहे. पूर्वेकडच्या मंडपात नंदी ठेवलेला आहे. उत्तर

व दक्षिण दिशांनाही दोन मंडप असून ते अर्ध्या भिंतीत बंदिस्त आहेत. त्यांना प्रवेशद्वारे नाहीत. पश्चिम दरवाज्याच्या मागे सभामंडप असून त्याचे खांब तळाशी चौकोनी, मध्ये अष्टकोनी व वर गोलाकार असे आहेत. खांबाच्या तळाशी नृत्य करणाऱ्या प्रतिमा कोरल्या आहेत. त्याच्यावर देवता कलश व पाने व सर्प कोरले आहेत. स्तंभांवर छत तोलून धरणाऱ्या यक्षप्रतिमा आहेत. अर्धस्तंभावर कीर्तिमुखे कोरली आहेत.

छतावरही कोरीवकाम केलेले आहे. चार बाजूंच्या चार तुळयांवर वेगवेगळे कोरीवकाम आहे. दक्षिणेकडच्या तुळईवर घोडदल व हत्तीदलाबरोबरच एक उंटही कोरला आहे. मंडपाच्या भिंती आतून साध्या आहेत. पण मंडपांच्या भिंती बाहेरून खूप कोरीवकाम केलेल्या आहेत. बाहेरच्या भिंतीवरील दोन देवकोष्ठातील नृत्यशिव व महाकालीच्या मूर्ती भग्न आहेत. गाभाऱ्याला पूर्व व पश्चिम अशी दोन प्रवेशद्वारे आहेत. मुख्य मंदिराशेजारी अजून एक दगडी शिवमंदिर आहे. जवळच्याच परिसरात हनुमान व राम यांची जुनी मंदिरे आहेत.

ऐश्वर्येश्वर मंदिर

ऐश्वर्येश्वर मंदिर

स्थान : महाराष्ट्रातील नाशिकमधील सिन्नर येथे. पुण्याहून सिन्नर १८३ कि. मी. आहे.

दैवत/ देवता : भगवान शंकर

- **ऐतिहासिक पार्श्वभूमी :** भगवान शंकराच्या बारा ज्योतिर्लिंगांपैकी एक. सिन्नरचे पूर्वीचे नाव 'सिंदीनेर' अथवा 'सिंदनगर' असे होते व तेथे यादवांची एक शाखा राष्ट्रकुटांची मांडलिक म्हणून राज्य करत होती. यादव आईरमदेवने हे मंदिर बांधले असावे, असे मानले जाते. सेऊलचंद्र द्वितीय नंतरचा हा राजा असावा.

- **स्थापत्य :** काळ्या पाषाणातले हे मंदिर थोडेसे वेगळे आहे. आठ स्तंभांच्या उघड्या सभामंडपातच नंदीची स्थापना केली आहे. स्तंभशीर्षावर भारवाहक यक्ष आहेत. खांब अतिशय कलाकुसरीचे असून त्यावर देवदेवता,

सुरसुंदरी कोरल्या आहेत. मंदिराच्या प्रवेशद्वारावर तांडवनृत्य करणारा शिव व दोन्हीकडे मगरमुखाचे भरीव कोरीव काम आहे. छोटेसे अंतराळ व शिवपिंडी असलेला गाभारा अशी आतील रचना आहे. मंदिराच्या बाह्य भिंतीवर उंच स्तंभ व त्यावर विविध आकृत्या कोरलेल्या आहेत. काही शिल्पे भग्नावस्थेतील आहेत. शिखर अस्तित्वात नाही.

हे छोटे पण सुंदर मंदिर गावकऱ्यांच्या नियमित दर्शनस्थळांपैकी एक आहे. बाहेर मात्र हे मंदिर फारसे कोणाला माहीत नाही.

गोंदेश्वर

गोंदेश्वर

स्थान : महाराष्ट्रातील नाशिकपासून २६ कि. मी. अंतरावर असलेल्या सिन्नरमध्ये.

दैवत/देवता : भगवान शंकर

■ **ऐतिहासिक पार्श्वभूमी :** हे मंदिर यादवकालीन असून हेमाडपंथी शैलीत व स्थानिक काळ्या बसाल्ट दगडात बांधले आहे. बांधकामात पायऱ्यांच्या ठिकाणी चुन्याचा वापरही केला आहे. बाराव्या शतकात यादवांचे सामंत रावगोविंद यांनी दोन लाख रुपये खर्चून हे मंदिर बांधले. सेऊना यादवांचे कला व स्थापत्य क्षेत्रातील योगदान लक्षणीय होते. त्यांनी दक्षिण चालुक्य शैली स्वीकारली होती. मंदिराचे नाव 'गोविंदेश्वर' होते, पण अपभ्रंश होऊन ते 'गोंदेश्वर' झाले.

■ **स्थापत्य :** मंदिराला तटबंदी असून दक्षिणेकडे मुखमंडप व प्रवेशद्वार आहे. प्रवेशद्वाराच्या डाव्या हाताला आतल्या बाजूने खांबांची पडवी असलेल्या खोल्या आहेत. पूर्वी इथे यज्ञशाला होती. गोंदेश्वर हे एक शिवपंचायतन असून मध्यभागी मुख्य शिवाचे मंदिर व चारही बाजूने इतर चार देवतांची मंदिरे आहेत. ती देवी पार्वती, श्री गणेश, सूर्यभगवान व भगवान विष्णू यांना समर्पित आहेत. सर्व मंदिरे एका उंच जगतीवर उभारलेली आहेत. मुख्य मंदिर चार खांबी सभामंडप व आतील गाभारा यांनी युक्त आहे. गाभाऱ्यात स्वयंभू शिवलिंग आहे. सभामंडपाला एकूण तीन प्रवेशद्वारे असून मुख्य द्वार उत्तरेकडे आहे. मंदिर आतून बाहेरून कोरीव काम केलेले आहे. छत व पटईचे शिखरही अतीव कोरीव काम केलेले आहे. मुख्य द्वाराजवळ नंदीमंडप आहे. त्यात दगडी नंदी आहे. मंदिरात पुराणे, महाभारत व रामायण यातील प्रसंग कोरले आहेत. मंदिराच्या बाह्य भिंतीला अनेक कोन आहेत. नैसर्गिक प्रकाशात त्यावरील त्रिमित शिल्पे उठून दिसतात. मंदिराच्या खालच्या भागात अनेक हत्ती कोरले आहेत, जणू संपूर्ण मंदिर गजपृष्ठावर तोललेले आहे, असे सूचित व्हावे. दुर्दैवाने बरेचसे हत्ती भग्न आहेत. यासंबंधी एक दंतकथा अशी सांगितली जाते की एकदा एका चोराला एका हत्तीच्या सोंडेत हिरा सापडला. आणखी हिऱ्यांच्या लालसेने त्याने सर्व हत्तींची सोंड कापली.

या मंदिराचे महाराष्ट्रातीलच त्र्यंबकेश्वर व इतर काही समकालीन मंदिरांशी साम्य आढळते. थोडेसे भग्न व झिजलेले असले तरी भव्य, संपूर्ण उत्तमरीत्या जतन केलेल्या मध्ययुगीन दाक्षिणात्य मंदिरात याचा क्रमांक वरचा लागतो. सूर्यमंदिर पश्चिमाभिमुखी असून मावळत्या सूर्याची किरणे मूर्तीवर पडतात. रथसप्तमीच्या खास दिवशी मंदिरात खूप गर्दी असते. शिवमंदिराबरोबरच इतर सर्व मंदिरे अजोड कोरीव कामाने नटलेली आहेत. चक्रधरस्वामींनी तप करण्याकरिता या मंदिरात चार महिने वास्तव्य केले होते. महाराष्ट्र राज्याने संरक्षित स्मारक म्हणून हे मंदिर घोषित केले आहे.

चांगावटेश्वर

चांगावटेश्वर

स्थान : महाराष्ट्र राज्यातील पुणे शहरापासून ३० कि. मी. अंतरावरील सासवड गावात.

दैवत / देवता : भगवान शंकर

■ **ऐतिहासिक पार्श्वभूमी :** योगी चांगदेवांचा जन्मकाळ श्रीज्ञानेश्वर महाराजांपूर्वी १४०० वर्षे होता. नारायणडोही गावातील मुधोपंत यांचे पुत्र म्हणजे चांगदेव. चांगदेव पावसाळ्यातील चातुर्मासातले चार महिने मौन-व्रत पाळून व डोळे मिटून सारे व्यवहार करीत. ते नित्य पार्थिव लिंगाचे पूजन करीत. त्यांच्या शिष्याने काळ्या चिकणमातीने मळून तयार केलेले पार्थिव लिंग डाव्या हातावर घेऊन ते त्याची विधियुक्त पूजा करीत असत. एकेदिवशी सतत पडणाऱ्या पावसाने कंटाळलेल्या शिष्याने एका मोठ्या पालथ्या वाटीवर थोडी माती घेऊन पार्थिव शिवलिंग तयार केले. चांगदेवांनी स्नान करून पार्थिव लिंगास आव्हानात्मक मंत्राक्षता वाहिल्या

व ते लिंग उचलून हातावर घेऊ लागले. पण ते शिवलिंग मुळी हलेनाच. तेव्हा चांगदेवांनी डोळे उघडून पाहिले. तेव्हा ते न हलविले जाणारे स्वयंभू शिवलिंग त्यांना दिसले. त्यांनी छोटेसे मंदिर बांधून त्या लिंगाची उपासना केली. या मंदिराला पुढे 'चांगावटेश्वर' हे नाव पडले. १२–१३व्या शतकात चांगदेवांनी शिवलिंगाची स्थापना केली. इ. स. १७००मध्ये अंबुजी पुरंदरे यांनी मंदिराचा जीर्णोद्धार केला.

■ **स्थापत्य :** मंदिर एका उंचवट्यावर काळ्या दगडांनी बांधले आहे. वर जाण्यासाठी पायऱ्या आहेत. मंदिराचे प्रवेशद्वार एखाद्या किल्ल्यासारखे भासते. खालच्या भागातून एक ओढा वाहतो. मंदिर तारकाकृती जगतीवर उभे असून मंदिराभोवती फिरण्यासाठी जागा सोडली आहे. मंदिरात पाच प्रवेशद्वारे आहेत. मंदिराचे मुखमंडप, सभामंडप, अंतराळ व गाभारा असे भाग आहेत. सभामंडपात भरपूर कोरीव काम केलेला भव्य नंदी आहे. सभामंडपाचे खांब कोरीव काम केलेले आहेत. सभामंडपातील खांबांवर चांगदेव महाराजांची शिकवण कोरली आहे. नंदीमंडपाच्या व सभामंडपाच्या स्तंभांवर दही घुसळणारी स्त्री, गरुड, मल्ल, विविध पुष्पे, पोपट, नर्तकी, इत्यादी आकृती कोरल्या आहेत. तसेच अश्व, गज, व्याघ्र, गेंडा इत्यादी पशू कोरले आहेत. मंदिराचा नंदीमंडप व सभामंडप चौकोनी असून त्याला विविध नक्षीकाम केलेले जोडस्तंभही आहेत. गाभाऱ्याला दहा खांब असून त्यांच्यावरही विविध नक्षीकाम केले आहे. भिंतींवर देव–देवता, यक्ष–किन्नर, पौराणिक कथा इ. कोरल्या आहेत. मंदिराला उंच दगडी भिंतींनी संरक्षित केले आहे. मंदिरासमोर सुंदर दगडी दीपमाळा उंच षट्कोनी कट्ट्यावर स्थित आहेत. गाभाऱ्यात मोठे शिवलिंग आहे. गाभाऱ्यातून पाणी जाण्यासाठी गोमुख आहे. मंदिराच्या बाह्य भिंतीवर देवकाष्ठे आहेत, जी आता रिकामी आहेत. मंदिराचे काही अवशेष जमिनीवर पडले आहेत, त्यांचा वजनदारपणा नुसत्या नजरेलादेखील जाणवतो.

मंदिराचे शिखर भूमिज पद्धतीचे आहे. मंदिराचे तीन कळस लांबूनही दिसतात. मंदिराच्या आवारात मोठे वृक्ष व मंदिराच्या सभोवती अनेक छोटी देवळे आहेत. समोरच छानदार बगीचा केला आहे. मंदिर परिसर स्वच्छ व सुंदर आहे.

संगमेश्वर

संगमेश्वर

स्थान : महाराष्ट्रातील पुणे जिल्ह्याच्या सासवड गावात कऱ्हा व भोगावती नद्यांच्या संगमावर.

दैवत/देवता : भगवान शंकर

■ **ऐतिहासिक पार्श्वभूमी :** कऱ्हा व भोगावती (चांबळी) या गावांच्या संगमावर मंदिर वसलेले असल्याने मंदिराला 'संगमेश्वर' असे नाव पडले. यादव काळात सातव्या ते दहाव्या शतकात हे मंदिर बांधले गेले. सासवडमध्ये असलेल्या सर्वांत जुन्या मंदिरांमध्ये या मंदिराचा समावेश होतो.

■ **स्थापत्य :** मंदिराचे स्थापत्य यादव व मराठा अशा दोन वेगवेगळ्या शैलीतील आहे. मंदिर एका उंच व भक्कम भल्यामोठ्या दगडी चौथऱ्यावर उभे आहे. नदीवरचा पंचकमानी पूल ओलांडून गेल्यानंतर उंच दगडी पायऱ्या चढून मंदिर परिसरात प्रवेश होतो. मंदिराला नंदीमंडप, सभामंडप, अंतराळ व गाभारा आहे. नंदीमंडपात

भलामोठा काळ्या पाषाणातला नंदी सध्या भडक रंगात रंगवलेला असा दिसून येतो. नंदीच्या मानेभोवती दोन मोठ्या नागांनी विळखा घातलेला आहे. नंदीमंडप व सभामंडप दोन्ही चौकोनी असून त्याच्या दोन्ही बाजूंनाही प्रवेशद्वारे आहेत. नंदी मंडपाला कक्षासने असून पुढे त्याला लागून छोटा सभामंडप आहे. स्तंभांवर कोरीव काम असून जमिनीवर कासव कोरले आहे. गाभाऱ्याच्या दोन्ही बाजूस गणेश व मारुतीच्या मूर्ती आहेत. द्वारशाखांवर फुलांची नक्षी आहे. गाभाऱ्यात शिवाचे स्वयंभू लिंग आहे.

गाभाऱ्याच्या बाह्य भिंती तारकाकृती असून त्याचे देवळी नागर शैलीतील शिखर त्यांना अनुसरूनच वर चढत गेले आहे. शिखरावर अनेक कोनाडे असून त्यात साधु-संत, देवदेवता व इतरही आकृती कोरल्या आहेत. नंदीमंडप व सभामंडप दोन्हीचे छप्पर कडेने उतरते आहे व दोन्हींवर मध्यभागी शिखर आहे. गाभाऱ्याच्या बाह्य भिंतीवर वेगवेगळी फुले कोरली आहेत. मंदिराच्या बाहेर एक भग्नावस्थेतील नंदीही आहे. उंच चौथऱ्यावरच्या दोन दगडी दीपमाळा मंदिराला अजूनच उठाव आणतात. मंदिरापासून जवळच बाळाजी विश्वनाथ पेशव्यांची समाधी तसेच इतरही छोटी देवळे आहेत.

चंद्रमौलेश्वर

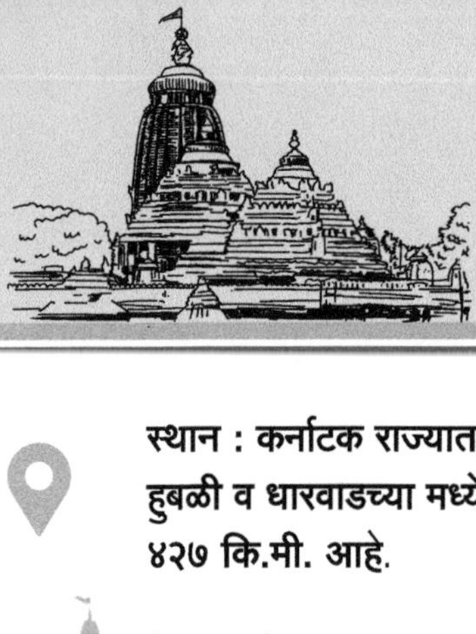

चंद्रमौलेश्वर

स्थान : कर्नाटक राज्यात, जुन्या पुणे-बंगळुरू राष्ट्रीय महामार्गावर उन्कल तलावाच्या जवळ हुबळी व धारवाडच्या मध्ये, हुबळी सिटीसेंटरपासून तीन कि.मी. अंतरावर, पुण्यापासून हुबळी ४२७ कि.मी. आहे.

दैवत / देवता : भगवान शंकर

■ **स्थापत्य :** बदामी चालुक्य काळातील हे मंदिर ९०० वर्षे जुने आहे. बदामी, पट्टदकल व ऐहोळे यांच्या धर्तीवर हे मंदिर बांधले आहे. ११-१२ शतकातले हे मंदिर चालुक्य स्थापत्यशैलीचे उदाहरण आहे. मंदिराचे वेगळेपण म्हणजे मंदिराला १२ दरवाजे असून मंदिरात २ शिवलिंगे व दोन नंदी आहेत. एक शिवलिंग चतुर्मुख असून त्यावर शिवाची चार मुखे आहेत. आपल्या शक्तीचे व ऐश्वर्याचे प्रदर्शन करून शत्रूला दिपवून टाकण्यासाठी चालुक्यांनी हे मंदिर बांधले असे म्हटले जाते. नृत्यगणेश व जालंधर यांच्या मंदिरातील प्रतिमा वैशिष्ट्यपूर्ण आहेत.

मंदिराच्या भिंती अंदाजे २० फूट उंच असून त्यातील काही भाग लाल दगडाने व काही हिरवट काळ्या दगडात (ग्रॅनाईट) बांधला आहे. त्यामुळे मंदिराला एक वेगळेच स्वरूप प्राप्त झाले आहे. या मंदिराचे वारंगलच्या 'काकतिया' मंदिरांशी एक विलक्षण साम्य आहे. विशेषतः दरवाजाच्या बाजूंचा जाळीदार नक्षीचा भाग ज्यावर वादक व नर्तक कोरले आहेत. सर्व बाजूंच्या दरवाजांमध्ये अचूक समरूपता आहे. जाळीदार खिडक्यांमधून उजेड आत येतो. शिवलिंग सुस्थितीत असल्यामुळे मंदिरात नित्य पूजा होते. मंदिराचा बराचसा भाग ध्वस्त अवस्थेत होता पण आता तो व्यवस्थित पुनर्बांधणी केलेला आहे. पुरातत्त्व खात्याने मंदिराभोवती संरक्षित भिंत बांधली आहे.

मंदिर उंचावर स्थित असून भारतीय पुरातत्त्व खात्याकडून मंदिर परिसर उत्तमरीत्या राखला गेला आहे. सोमवारी अनेक भाविक मंदिराला भेट देतात व दूध, दही व मिठाई शिवाला अर्पण करतात. या दिवशी शिवस्तुतीची गाणी व श्लोक यांनी मंदिर परिसर भारून जातो. मंदिरात महाशिवरात्र अतिशय उत्साहात साजरी केली जाते. गुढीपाडव्याच्या दिवशी सूर्यकिरणे पिंडीवर पडतात. त्याप्रसंगी भाविक आवर्जून उपस्थित असतात.

पुरदा सिद्धेश्वर

पुरदा सिद्धेश्वर

स्थान : कर्नाटक राज्यातील हुबळी तालुक्यातील हावेरी गावात.

दैवत / देवता : भगवान विष्णू व भगवान शंकर

- **ऐतिहासिक पार्श्वभूमी :** हावेरी गावाचे जुने नाव 'नलपुरी' असून ते जुन्या शैक्षणिक केंद्रांपैकी एक होते. त्यावेळी हावेरीत १००० मठ होते. हाव व केरी या कन्नड शब्दांतून 'हावेरी' हे नाव निर्माण झाले. त्याचा अर्थ 'सापांची जागा' असा होतो.

मंदिर परिसरातल्या शिलालेखावरून अकराव्या शतकाच्या शेवटी हे मंदिर बांधण्यात आले असावे. हे मंदिर वैष्णव असून मग ते जैनांनी ताब्यात घेतले. काही प्रतिमा हलवण्यात आल्या. आता ते शैवांचे आहे.

सिद्धेश्वरांनी तपस्या केली म्हणून शंकर इथे प्रकट झाले असे म्हणतात. म्हणून येथील शिवलिंगाला 'सिद्धेश्वर' म्हटले जाते.

■ **स्थापत्य :** मंदिर सोपस्टोनने बनले असून पश्चिमाभिमुख आहे. मंदिर पश्चिमी चालुक्य शैलीतील आहे. मंदिराला ३ प्रवेशद्वारे आहेत. प्रवेश भागात कक्षासने आहेत. मंदिराचा आराखडा कोने असलेला आहे. मंदिराचा पाया उंच असून फक्त एकच पायरी चढून मंदिरात प्रवेश करता येतो. मंदिरात सभामंडप, अंतराळ व गाभारा आहे. सभामंडप उघडा असून त्याचे स्तंभ दोन प्रकारचे आहेत. प्रवेशमंडपातील कक्षासनांवर विसावलेले स्तंभ अष्टकोनी पायावर उभे आहेत. सभामंडपाचे आतील स्तंभ लेथ टर्न्ड असून गुळगुळीत पॉलिश केलेले आहेत. गाभाऱ्यात शिवपिंडी असून नित्यपूजा होते. पश्चिमेकडच्या प्रवेशद्वाराने आत शिरल्या शिरल्या समोरच एक गणपतीची सुंदर मूर्ती गाभाऱ्याकडे तोंड करून आहे. मंदिरांच्या स्तंभांवर तळाशी चौकोनात शिलालेख आहेत. छतावर सप्तमातृकांची शिल्पे आहेत. या माता मांडीवर बाळे घेतलेल्या आहेत. त्यांची वाहने त्यांच्या पतींची आहेत. उदा. विष्णुपत्नी वैष्णवीला गरुड वाहन, कार्तिकेयाची पत्नी कौमारीला मोर वाहन इत्यादी. स्तंभांवर अष्टदिक्पाल आहेत. ललाटबिंबावर कोरीव काम आहे. दाराच्या दोन्ही बाजूला जाळीदार खिडक्या आहेत. गाभाऱ्याच्या भिंतीत अर्धस्तंभ आहेत. छतांवरील काही चौकोनात मोठी फुले कोरली आहेत.

गाभाऱ्याची बाहेरची भिंत पूर्ण कोरीव कामाने नटली आहे. त्यावर द्रविड व नागर शैलीतली कलाकुसरीची शिखरे कोरली आहेत. त्यांच्यामध्ये कीर्तिमुखे आहेत. गाभाऱ्याच्या मागच्या (पूर्व) भिंतींवर सूर्याची प्रतिमा आहे. छतावर सर्व बाजूंनी कमी उंचीची दगडी कोरीव पट्टी फिरवलेली आहे. समोरच्या बाजूने या पट्टीच्या मध्यभागी शिवाची मूर्ती आहे. मंदिराचे शिखर द्रविड पद्धतीचे व त्रिकोणी आहे. मंदिराचे; परिसरातील इतर चालुक्यन मंदिरांशी उदा. हरलूहळ्ळी, मुक्तेश्वर, सिद्धरामेश्वर मंदिरांशी साम्य आहे. मंदिराच्या आवारात जुन्या कन्नड लिपीतले अनेक शिलालेख आहेत. सर्वांत जुना शिलालेख १०८७ मधील आहे. मुख्य मंदिराच्या समोरच अगदी जवळ उग्रनरसिंह मंदिर आहे.

मंदिराच्या गाभाऱ्याच्या भिंतीवर एक छोटे दगडी भांडे आहे. त्यात पाणी घालताच ते गाभाऱ्यातील पिंडीवर पडत असे, पण त्यामुळे आधी केलेली पूजा विस्कटते, म्हणून आता त्या भांड्यातून कोणी पाणी घालत नाही. मंदिरात अजून एक वेगळेपण आहे. एका सहा हातांच्या मूर्तीच्या खालच्या दोन हातात शिवलिंग धरले आहे; मधल्या डाव्या हातात चक्र आहे. मूर्ती नक्की कोणाची ते समजले नाही. मंदिराचा पाया काही फुटांनी खचला आहे.

पळसनाथ

पळसनाथ

स्थान : महाराष्ट्रातील पुणे जिल्ह्यातील इंदापूर तालुक्यात पुण्यापासून ११० कि. मी. व भिगवणपासून ८ कि.मी. वर असलेल्या पळसदेव गावामध्ये.

दैवत / देवता : भगवान शंकर

▪ **ऐतिहासिक पार्श्वभूमी :** पळसदेव ही राजा नलहंसाची जुनी राजधानी होती व तिचे नाव 'रत्नपुरी' होते. नहुष राजा शापामुळे सरडा बनला आणि तो या ठिकाणी पडला, अशी एक दंतकथा सांगितली जाते. म्हणून पळसदेव मंदिराला आजूबाजूच्या परिसरात 'सरडेश्वर' या नावाने ओळखले जाते. मंदिरातील उपलब्ध शिलालेखानुसार कल्याणी चालुक्य राजाने बाराव्या शतकात हे मंदिर बांधले. आजच्या बसवकल्याणमध्ये दहाव्या ते बाराव्या शतकाच्या दरम्यान चालुक्यांची राजधानी होती.

▪ **स्थापत्य :** हे मंदिर हेमाडपंथी स्थापत्याचे असून शिखर सप्तभूमीज प्रकाराचे आहे. या प्रकारात शिखरात पोकळ भाग असतो. यात ६ ते ७ माणसे आरामात बसून पूजा–अर्चा, धार्मिक विधी करू शकतात.

शिवमंदिराचे मूळ शिखर कोसळल्यावर नंतर हे शिखर चुना व भाजक्या विटांनी बांधले असावे. शिखरावरील कळसाचा आकार अमलाकृती असून वर स्तुपिका आहे.

मंदिराला पूर्वी चारही बाजूने दगडी भिंत होती, आता ती बरीचशी पडली आहे. मंदिराच्या एका बाजूला खांब असलेल्या लांबच लांब सुंदर ओसऱ्या आहेत. या ओसऱ्यांचा वापर धर्मशाळा म्हणून करण्यात येत होता. त्यांचे छत अष्टकोनी व वर्तुळाकार पद्धतीचे बनवले आहे. ओसऱ्यांचा तळ दगडात व वरचे बांधकाम विटांचे आहे. याला जिना असून वरच्या भागात जाता येते. वरून धरणाचे पाणी, झाडे, होड्या, गुरे असे मनोहारी दृश्य दिसते. मंदिराला तीन प्रवेशद्वारे व मुखमंडप आहेत. कक्षासने व अर्धस्तंभ आहेत. २७ स्तंभांचा सभामंडप बंदिस्त नसून उघडा आहे. गाभाऱ्यातील शिवपिंडी आता नवीन मंदिरात हलवली आहे. मंदिराच्या आवारात वीरगळ व इतर अवशेष दिसून येतात. मंदिराची बाहेरची भिंत, स्तंभ, गाभाऱ्याचा दरवाजा सर्व कोरीव काम केलेले आहे.

याच मंदिराच्या परिसरात अजून एक मंदिर लागूनच आहे. त्याचे छत कमी उंचीचे असून हेही मंदिर कोरीव कामातीलच आहे. हे बहुधा खचले असावे. याचे शिखर मात्र पडले आहे. एका दगडी मोठ्या शिळेवर हनुमानाची मूर्ती कोरली आहे; ती मंदिराच्या बाहेरच्या बाजूलाच उभी आहे. हे विष्णुमंदिर असून त्याच्या सभामंडपातील स्तंभांवर पुढील शिलालेख आहे – भीमा नदीच्या संगमाच्या ठिकाणी शंकर आणि विष्णू या दोन्ही देवतांचे मंदिर बांधून त्यांची प्रतिष्ठापना करावी, या उद्देशाने शके १०७९ (इ.स. ११५७) मध्ये दंडनायक चंगदेव याने या विष्णुगृहाची उभारणी केली. बसवण उपाध्यायाने ईश्वर संवत्सरात या प्रासादाची निर्मिती केली असावी. तसेच, आपल्या भाई नाव असलेल्या पुत्राच्या ठेवीतील सोन्याची १००० नाणी, प्रासादासाठी करमुक्त जमीन आणि १०० सुवर्णमुद्रा अर्पण केल्या. हे विष्णुगृह शके १०७९ मध्ये पूर्ण झाले. हे विष्णुमंदिर शिवमंदिराप्रमाणेच पश्चिमाभिमुख असून या दोन्ही मंदिरांची वास्तुरचना साधारणपणे सारखीच आहे.
पळसनाथ मंदिराच्या स्तंभातून पूर्वी सप्तसूर निघत होते. ज्ञानेश्वरीमध्ये या ठिकाणाचा उल्लेख 'पलाशीतीर्थ' असा केलेला आढळतो. मंदिराकडे जायला जमिनीखालून एक भुयारी मार्ग काढलेला आहे. आता तोही पाण्याखाली आहे. फलटणच्या राजे निंबाळकरांनी १७-१८ व्या शतकात मंदिराचा जीर्णोद्धार व विस्तारीकरण केले होते.

राम मंदिर

राम मंदिर

स्थान : पळसनाथ मंदिरापासून थोड्या अंतरावर.

दैवत / देवता : श्रीराम

■ **स्थापत्य :** हे मंदिर जगतीवर उभे आहे, त्याला तीन बाजूंनी प्रवेशद्वारे व मुखमंडप आहेत. संपूर्ण मंदिर कोरीव कामाने नटलेले आहे. मंदिराच्या बाह्य भिंतीवर रामायणातील अनेक प्रसंग ठसठशीतपणे कोरले आहेत. त्यातील काही शिल्पं जमिनीवर इतस्ततः पसरलेली आहेत. पण तरीदेखील त्यांचे सौंदर्य लपत नाही. मंदिरातील आतील फरशीही उखडलेली आहे.

मंदिर उजनीच्या पाण्यात अर्धे बुडालेले असते असे कळले. पाण्याच्या खुणाही मंदिराच्या बाह्यभागावर दिसतात. गाभारा अर्थातच रिकामा आहे. बाह्य भिंतीवर देवकोष्ठे आहेत. पळसनाथ मंदिराइतके हे मंदिर सुपरिचित नाही. पण त्याच्यावरची शिल्पे बघण्यासाठी मुद्दाम या ठिकाणाला भेट द्यावी व तेथील शिल्पकलेला न्याय द्यावा.

भैरवनाथ मंदिर

भैरवनाथ मंदिर

स्थान : महाराष्ट्राच्या सातारा जिल्ह्यातील वाई तालुक्यापासून २५ किमी अंतरावर असलेल्या किकली गावात.

दैवत / देवता : भगवान शंकर

- **स्थापत्य :** पुरातन हेमाडपंथी स्थापत्य असलेल्या भैरवनाथ मंदिराचा दरवाजा पूर्वाभिमुख आहे. मंदिरासमोर २ दीपमाळा आहेत. एक गणेशवंदना स्तंभ भग्नावस्थेत असला तरी त्याचे सौंदर्य लपत नाही. उजव्या बाजूस छोट्या देवळात दत्ताची मूर्ती आहे. या मंदिराच्या उजवीकडे एक पडके मंदिर असून त्यात शंकराची पिंड आहे. या मंदिराचे बांधकाम पूर्ण झालेच नाही असे गावकरी सांगतात. भैरवनाथ मंदिराच्या प्रवेशद्वारापाशीच नंदी आहे. मुखमंडप, कक्षासने, सभामंडप, अंतराळ व तीन गर्भगृहे असे मंदिराचे भाग आहेत. गाभारा जमिनीखाली आहे. गाभाऱ्यात शिवपिंडी आहे. या यादवकालीन मंदिराचा कळस मात्र सध्या अस्तित्वात नाही. खांब थोडेसे

वेगळ्या रचनेचे व देखण्या कोरीव कामाने नटलेले आहेत. मुखमंडपाच्या भिंतीवर मैथुनशिल्पे, वादक व व्यालांची शिल्पे आहेत. येथील व्यालशिल्पांना मेष, शुक्र, अश्व, वृषभ, गर्दभ, सिंह, वराह व व्याघ्र अशी मुखे आहेत. स्तंभावर मध्यभागी पौराणिक प्रसंग व खालच्या भागात सुरसुंदरी, भैरव कोरलेले आहेत. सभामंडपात रंगशिळा आहे. तिच्या चार खांबांवर संपूर्ण रामायण कोरले आहे. काही ठिकाणी शिवतांडव, वामनावतार, सुरसुंदरी, क्षेत्रपाल अशी शिल्पे आहेत.

पडझड झालेल्या या मंदिराचा भारतीय पुरातत्त्व विभागाने जीर्णोद्धार केला आहे. संपूर्ण मंदिराची पुनर्बांधणी करण्यात आली आहे. ऑक्टोबर महिन्यात मंदिरात जत्रा भरते. या जत्रेचे वैशिष्ट्य हे आहे की यात्रेत दिवसा भैरवनाथाचा छबिना असतो. ही जत्रा या गावचे बारा बलुतेदार भरवतात. छबिन्याच्या वेळी पालखीवर गुलाल, खोबरे व पेढे उधळतात. पेढ्यांची उधळण होणारी ही सातारा जिल्ह्यातील एकमेव यात्रा आहे.

चार पाय असलेल्या तीन वेगळ्या मनुष्याकृती

श्री चेन्नकेशव मंदिर

श्री चेन्नकेशव मंदिर

स्थान : कर्नाटकमधील 'हसन'पासून ३८ कि.मी. अंतरावर बेलूर गावात

दैवत/देवता : भगवान विष्णू

▪ **ऐतिहासिक पार्श्वभूमी** : बेलूर ही होयसळ साम्राज्याची राजधानी होती. बेलूरला 'बेलापूर' किंवा 'बेल्लूर' असेही म्हटले जात असे. होयसळ राजांसाठी हे स्थान इतके पवित्र होते की त्याला 'पृथ्वीवरचे वैकुंठ' किंवा विष्णूचे निवासस्थान, दक्षिण वाराणशी असे संबोधले जात असे. नंतरच्या शिलालेखात तसे संदर्भ सापडले आहेत. येथील मुख्य आकर्षण हे विजयनारायण उर्फ चेन्नकेशव मंदिर होय. भारत व बाहेरील देशातूनही हजारो पर्यटक मंदिरावरचे शिल्पकाम बघण्यासाठी व दर्शनासाठी आवर्जून येतात. विजयनारायण हा विष्णूच्या २४ अवतारांपैकी एक आहे. चेन्न म्हणजे सुंदर. चेन्नकेशव म्हणजे 'सुंदर केशव'! मंदिर अर्थातच विष्णूला समर्पित आहे.

होयसळ राजा विष्णुवर्धन याने १११७ इ. स. मध्ये चोला राजांवरील विजय साजरा करण्यासाठी (तलाकाडू लढाई) मंदिराचे बांधकाम सुरू केले. हे मंदिर पूर्ण होण्यास १०३ वर्षांचा कालावधी लागला. विष्णुवर्धनचा मुलगा नरसिंह पहिला व नातू वीरबल्लाळ दुसरा यांनी मंदिराचे बांधकाम पूर्ण केले. हरिहर दुसराचा सेनापती गुंडा याने ७ मजली गोपुर १३९७ मध्ये बांधले. काळानुरूप मंदिरावर अनेकवेळा आक्रमण झाले, अनेकवेळा त्याची पुनर्बांधणी करण्यात आली व अनेकवेळा दुरूस्तीही करण्यात आली. हे असे एक सर्वात जुने होयसळ मंदिर आहे की जेथे नित्य पूजा होते व उत्सव साजरे केले जातात. या मंदिराच्या स्थापनेपासून इथे अखंडितपणे गेली ३०० वर्षे सकाळी व संध्याकाळी पूजा केली जाते. मंदिर जागतिक वारसा स्थळाच्या यादीत समाविष्ट आहे.

▪ **स्थापत्य :** मंदिराचे मुख्य प्रवेशद्वार पूर्वेकडे आहे. पूर्व दिशेलाच अजून एक प्रवेशद्वार आहे. मंदिर परिसर अतिशय भव्य आहे व परिसरात दगडी फरश्या घातल्या आहेत. परिसराला उंच दगडी भिंत आहे. मंदिरासमोर गरूड स्तंभ उभा आहे. स्तंभाला लागून गरूडाची मूर्ती हात जोडलेल्या अवस्थेत मंदिराकडे तोंड करून उभी आहे. दुसरा ४२ मी. उंचीचा दीपस्तंभ एकाश्म असून चांदणी चौथऱ्यावर उभा आहे. याला 'गुरुत्वाकर्षण स्तंभ' असेही म्हणतात. या स्तंभाला पाया नसून तो त्याच्या स्वतःच्या वजनावर उभा आहे. तो मुश्किलीने तीन बिंदूवर चौथऱ्याला टेकला आहे.

चेन्नकेशव मंदिर परिसराच्या मध्यभागी असून ते मंदिरे, मंडप व ओवऱ्या यांनी वेढले आहे. मंदिर ३ फूट उंच जगतीवर उभे आहे. मंदिराभोवती प्रदक्षिणा घालण्यासाठी किंवा शिल्पाकृतीचे निरीक्षण करण्यासाठी विस्तीर्ण जागा उपलब्ध आहे. जगतीचा तारकाकृती आकार मंडप व गाभारा यांनी अनुसरला आहे. मंदिराच्या तळाशी आडव्या पट्ट्यात आक्रमण करणारे हत्ती कोरले आहेत. ते एकूण ६५० आहेत. ते स्थैर्य व ताकदीचे प्रतीक आहेत. त्याच्यावरच्या

पट्ट्यातून नक्षीकाम, सिंहमुखे, विविध कंगोऱ्यांची नक्षी, नारी व यक्ष इ. शिल्पकला पाहायला मिळते. मंदिराच्या मागच्या बाजूला विविध मुद्रेतील घोडेस्वार कोरले आहेत. आपापल्या हत्यारांसह कारागीरही मधूनच कोरले आहेत. युगुले, वेली, नर्तक–वादक, रामायणातील प्रसंग, अर्थ, काम, धर्म दर्शविणारे रोजच्या जीवनातील प्रसंग इ. अनेक प्रकारे कोरीव काम बाह्य भिंतीवर पाहायला मिळते. मैथुनशिल्पे, प्रेमीयुगुले, मुलांसह दंपती, व्यापार व उत्सव प्रसंग इ. अनेक शिल्पे बारकाव्यासकट कोरली आहेत. उत्तर बाह्य भिंतीवर महाभारतही कोरलेले आढळते. या सर्वांच्या वर जाळीदार खिडक्या आढळतात. मंदिराचा मंडप मुळात उघडा होता, नंतर तो खिडक्यांनी बंदिस्त केला गेला. या खिडक्यांमध्ये पुराणातले प्रसंग किंवा भौमितिक फुलांच्या आकृत्या कोरलेल्या आहेत.

सारंगीवादिनी

मंदिर एककूट शैलीचे आहे. मंदिराला ३ प्रवेशद्वारे असून मंदिरापर्यंत पोचण्यासाठी दोन जिने आहेत. एक चौथऱ्यावर चढण्यासाठी आणि दुसरा मंदिराच्या प्रवेशद्वारापर्यंत पोचण्यासाठी! मंदिराचा गाभारा १०.५ × १०.५ मीटरचा आहे. मंडप व गाभारा यांना एक मोठी सुखनासी जोडते. मंदिराचे शिखर पूर्वी कधीतरी उद्ध्वस्त झाले असावे. पण जेव्हा ते अस्तित्वात होते तेव्हा ते मंदिराचा प्रवेशद्वारापाशी असलेल्या छोट्या मंदिराच्या शिखरासारखेच असावे. ही शिखरे प्रारंभी भूमिज शैलीतील वाटतात. पण प्रत्यक्षात ती वक्राकार असल्यामुळे नागर शैलीत मोडतात. निखळ द्रविड स्थापत्यात अशी शिखरे अभावानेच आढळतात.

मंदिराच्या तीनही प्रवेशद्वारांशेजारी द्वारपाल आहेत. मंडपात एकूण ४८ स्तंभ आहेत. मधले चार स्तंभ १३८१ मध्ये विजयनगर साम्राज्याच्या काळात उद्ध्वस्त झालेल्या भागाला सावरण्यासाठी उभारले गेले. मंडपातील दोन स्तंभ खास आहेत. एक नरसिंह स्तंभ व दुसरा मोहिनी स्तंभ. यातील नरसिंह स्तंभ हा खालपासून वरपर्यंत कोरीव काम केलेला आहे. त्यावर लहान लहान शिल्पे कोरली आहेत. एकूण शिल्पे १०८ आहेत. त्यात 'कडाले बसवा' म्हणून एक नंदीचे सूक्ष्म शिल्प आहे ते एका हरभरा डाळीच्या आकाराचे आहे. याच खांबावर एक छोटीशी जागा मोकळी सोडली आहे. जो कोणी ताकदीचा कलाकार असेल, त्याने इतर शिल्पांच्या तोडीची कलाकृती येथे कोरावी, असे त्या वेळच्या शिल्पकारांचे आव्हान आहे. मधले चार स्तंभ हाताने बनवले आहेत तर बाकीचे लेथ टर्न्ड आहेत. या चार स्तंभांच्या शीर्षावर मदनिका कोरल्या आहेत. संपूर्ण मंदिरात एकूण ४२ मदनिका आहेत. त्या सर्व वेगवेगळ्या भावात व मुद्रेत आहेत. नरसिंह स्तंभ हा पूर्वी गोल फिरवता येत होता, पण त्याचे छप्पर खाली आल्यामुळे तो दबला गेला व फिरेनासा झाला.

मंडपात स्तंभांमधून एकूण ६० मार्ग तयार झाले आहेत. होयसळ मंदिरामध्ये हा मंडप सर्वात मोठा आहे. त्याची रचना त्रिरथ आकाराची आहे. मंडपातील शिल्पकलेचा सर्वोच्च बिंदू म्हणजे मोहिनी स्तंभ! हा स्तंभ १६ कोन असलेल्या चांदणीच्या आकारातील आहे व त्यावर बारीक कोरीव काम आहे. विष्णूच्या मोहिनी अवतारातले शिल्प या खांबाच्या खालच्या भागात कोरले आहे. हे मोहनीचे शिल्प अतिशय प्रमाणबद्ध समजले

नरसिंह हिरण्यकश्यपूचे पोट फाडताना

जाते. यातील मूर्तीची मापे कपाळाच्या मापाच्या पटींत रेखली आहेत. मोहिनीच्या दोन्हीकडे गरुड व चौरीवाहक आहेत. मंदिरातील मदनिका या राणी शांतलादेवीपासून स्फूर्ती घेऊन बनविण्यात आल्या असे म्हणतात आहेत.

मध्यभागाच्या चार स्तंभावर आधारलेले छत घुमटाकार असून त्याचा व्यास १० फूट आहे व त्याची खोली ६ फूट असून तो सर्वांत विस्तृत आहे. त्याला 'भुवनेश्वरी' असे म्हटले जाते. तो ५ तुकड्यांत बनविला असून मधला भाग फिरवला की त्याचे पाचही भाग विलग होतील, अशी त्याची रचना आहे. ही शिल्पकला विश्वाचे प्रतिनिधित्व करते. कमल-कळीवर ब्रह्मा, विष्णू व महेश कोरले आहेत. घुमटाच्या खालच्या बाजूला रामायणातील प्रसंग कोरले आहेत. स्तंभशीर्षावर नृत्य सरस्वती, शुकभाषिणी, नाट्यमुद्रेतील व केसातून पाणी निथळवणारी अशा चार मदनिका आहेत. त्यातील एका मदनिकेचे दगडी दागिने मुकुट, गळ्यातील हार व हातातील बांगड्या गोल फिरवता येतात.

गाभाऱ्यात ६ फूट उंच केशवाची मूर्ती ३ फूट चौथऱ्यावर उभी आहे. केशवाच्या प्रभावळीवर विष्णूचे दहा अवतार कोरले आहेत. गुढीपाडव्याच्या दिवशी मूर्तीला सोन्याचे अलंकार घातले जातात. अभिषेकाचे पाणी बाहेर जाण्यासाठी १८ फूट लांबीची पन्हाळ एकाच दगडातून कोरली आहे.

सभामंडपाच्या प्रवेशद्वारापाशी बाहेरच्या बाजूला होयसळांचे लांछन साला सिंहाला मारत आहे, असे शिल्प आहे. हे शिल्प अगदी गुळगुळीत पॉलिश केलेले आहे. मंदिराच्या बाह्य भिंतीवर 'द्रौपदी स्वयंवराप्रसंगी अर्जुन धनुष्यबाणाने माशाच्या डोळ्याचा वेध घेतो आहे असे महाभारतातील एक दृश्य कोरले आहे. हे शिल्प ठोकल्यावर किंवा बोटाने वाजवल्यावर त्यातून आवाज निघत असे. लोकांनी त्यावर काठ्या किंवा दगड फेकून आवाज काढण्याचे प्रयत्न केल्याने शिल्प भग्न झाले. संपूर्ण मंदिर सोपस्टोनने बांधले आहे. हा दगड बेलूरपासून १६१ कि. मी. तुमकुरूच्या खाणीतून आणला गेला. मंदिर परिसरात इतर तीन मंदिरेही आहेत. चेन्नीगरयचे मंदिर मुख्य मंदिराशी साधर्म्य दाखवते; पण ते लहान व साधे आहे. इतर दोन मंदिरे श्रीदेवी व भूदेवी यांची आहेत. मंदिर परिसरात ईशान्य दिशेला पायऱ्या असलेले पाण्याचे कुंड आहे. ते ११७५ मध्ये तिसरा बल्लाळने बांधले. त्याला 'वसुदेवतीर्थ' असे म्हणतात. मंदिराच्या आवारात एक विहीरही आहे.

काही होयसळ शिल्पकारांनी त्यांच्या शिल्पांखाली नावे कोरली आहेत. त्यावरून असे कळले की रुवारी मलितम्माच्या हाताखाली ४० शिल्पकार होते. बल्लिगावीचे पितापुत्र दासोजा व चव्हाना यांचेही अपूर्व योगदान आहे. १११७ ते १८०० या कालावधीतील एकूण ११८ शिलालेख मंदिर परिसरात सापडले असून त्यात कलाकार, मंदिराला दिलेली देणगी व मंदिराची डागडुजी व नूतनीकरण यासंदर्भातील तपशील सापडले. होयसळ शैलीतील हे पहिले मंदिर असले तरी त्यातील शिल्पकलेवर कल्याणी चालुक्यांची छाप होती. म्हणून नंतरच्या होयसाळेश्वर व सोमनाथपूर मंदिरासारखे अतिरिक्त शिल्पकाम यावर दिसून येत नाही.

चेन्नकेशव

चेन्नकेशव

स्थान : कर्नाटक राज्यातील म्हैसूरपासून ३३ कि. मी. अंतरावर असलेल्या सोमनाथपूर गावात.

दैवत / देवता : श्रीकृष्ण

▪ **ऐतिहासिक पार्श्वभूमी :** सोमनाथपूर आधी चोलवंशाच्या अधीन होते, १११७ मध्ये ते होयसळ राजा विष्णुवर्धनने जिंकले. नंतर ते विजयनगरच्या अधीन होते. 'नरसिंह तिसरा'च्या काळात सोमनाथपूर हे प्रसिद्ध अग्रहार होते. राजाचा दंडनायक 'सोमा'च्या नावावरून या गावाला सोमनाथपूर नाव पडले. दंडनायकानेच इ. स. १२५८ मध्ये हे मंदिर बांधले, असा जुन्या कन्नड लिपीतला एक शिलालेख मंदिराच्या प्रवेशद्वाराच्या आतल्या बाजूला आहे. त्याने स्थापलेल्या या अग्रहाराचे नाव 'विद्यानिधी प्रसन्न सोमनाथपूर' असे ठेवले होते. कावेरी नदीच्या डाव्या तीरावर असलेले हे मंदिर होयसळ कारकिर्दीतले शेवटचे मंदिर असावे. जागतिक

छतावरील कोरीव काम

वारसास्थळासाठी या मंदिराचे नाव सुचविले गेले आहे. पंधराव्या शतकातील शिलालेखानुसार हे मंदिर अतिशय छिन्नविच्छिन्न अवस्थेत होते, विजयनगर राजांनी सोळाव्या शतकात ते दुरुस्त केले. मंदिर कृष्णाच्या तीन अवतारांना समर्पित आहे.

- **स्थापत्य :** मंदिराभोवती आकर्षक उंच तटबंदी आहे. मंदिर परिसरात उंच स्तंभांच्या एका दगडी मंडपातून आपण प्रवेश करतो. मंदिर त्रिकुट शैलीतले असून ३ फूट उंचीच्या चांदणीच्या आकाराच्या जगतीवर उभे आहे. मंदिर पूर्वाभिमुख असून मंदिराची शिखरे चांगल्या स्थितीतील व उत्तम कोरीव काम केलेली आहेत. प्रत्येक गर्भगृहाला अंतराळ असून ती एका मंडपाला जोडलेली आहेत. मंदिराच्या बाह्य भिंती, त्यांची विमाने व शुकनासी सर्व एकसारखे कोरीव काम केलेले आहे. मंदिराच्या बाह्य भिंतीवर खालच्या स्तरात हत्ती, घोडे, वेली–पाने, पुराणातील प्रसंग, व्याल व हंस आहेत. वैभवशाली रथांवर स्वार झालेल्या राजघराण्यातील लोकांची शिल्पे, घोड्यावर बसलेले सैनिक व जन, उंटांकडून ओढली जाणारी वाहने, नर्तक–वादक, धनुष्यबाण व कुत्र्यासकट शिकारी, राजवाड्यावर पहारा देणारे सैनिक, विविध वेशभूषेतील व केशभूषेतील स्त्रिया, देवतांच्या अंगावर कुशलतेने व बारकाईने कोरलेले दागिने इ. अनेक गोष्टी बाह्य भिंतीवर पाहायला मिळतात. दक्षिणेकडच्या भिंतीवर रामायण, मागील भिंतीवर कृष्णकथा तर उत्तरेकडच्या भिंतीवर महाभारत कोरलेले आढळते.

जनार्दन

मुख्य गर्भगृहात (पश्चिमेकडच्या) केशवाची मूर्ती ठेवलेली आहे, पण मूळ मूर्ती गायब आहे व त्या जागी ठेवलेली नवीन मूर्तीही भग्न आहे. त्यामुळे मंदिरातली नित्य पूजाअर्चा बंद आहे. दक्षिणेकडच्या गर्भगृहात वेणुगोपाळाची व उत्तरेकडच्या गर्भगृहात जनार्दनाची मूर्ती आहे. प्रत्येक गाभारा १६ कोने असलेल्या चांदणीच्या आकाराचा आहे आणि त्यांची शिखरेही समरूपतेत वर चढत गेलेली आहेत. गाभाऱ्याच्या द्वारापाशी 'भद्रा' व 'सुभद्रा' नावाचे दोन द्वारपाल आहेत. दक्षिणेकडच्या गाभाऱ्यातील वेणुगोपाळाची मूर्ती १.५ फूट उंच चौथऱ्यावर असून ती ४.५

बसलेल्या स्थितीतील नरसिंह व लक्ष्मी

फूट उंच आहे. त्याच्या अंगावर कर्णभूषण, हार, कंकण, अंगठ्या व रत्नजडित मुकुट इ. अनेक प्रकारचे अलंकार कोरले आहेत. वेणुगोपाळ मूर्तीचा एक पाय दुसऱ्या पायावर तिरका, मान किंचित कललेली व बोटे बासरीवर तान धरत आहेत. सर्व मनुष्यप्राणी देव–देवतांसह व गोपी–ऋषी यांच्यासह दैवी संगीतात रममाण दिसत आहेत. काही नगरजन दैवी संगीत ऐकण्यासाठी धाव घेत आहेत, त्यांना अंगावरील वस्त्रांचेही भान नाही इतके बारकावे त्यात कोरलेले आहेत. उत्तरेकडच्या गर्भगृहात १.५ फूट उंच गरुड चौथऱ्यावर ४.५ फूट उंच जनार्दनाची मूर्ती अशीच सुंदर आहे. त्याच्या हातातील दंडावर टिचकी मारल्यास धातूसारखा आवाज येतो. कृष्ण व जनार्दनाच्या डोक्याभोवती कोरलेल्या तोरणात मत्स्यापासून कल्कीपर्यंत विष्णूचे दहा अवतार दाखवले आहेत.

महामंडपाला लेथ टर्न्ड स्तंभ आहेत. सर्व स्तंभ सारख्याच आकाराचे आहेत. बहुतेक स्तंभ वर्तुळाकार कडी, घंटा, घट, चक्र व छत्री अशा ५ स्तरांचे आहेत. मध्यभागातील दोन स्तंभ ३२ कोने असलेले आहेत. नवरंगाचे छत १६ चौकोनांनी बनले आहे. त्यातील ९ सभामंडपात तर उरलेले ७ पूर्वेकडच्या प्रवेशद्वाराच्या मंडपात आहेत. प्रत्येक छतावर विविध नक्षीकाम आहे. त्यात कमळदले, केळफुलाच्या विविध अवस्था व हिंदूधर्मचिन्हे यांचा समावेश आहे. मंदिर जरी वैष्णव असले तरी शैव, शक्ती व सौर पंथीयांच्या मूर्तीही त्यावर कोरलेल्या आढळतात. मंदिराचा परिसर भव्य आहे. आवारातील ६४ छोट्या मंदिरांच्या समोर खांब असलेले लांबलचक व्हरांडे आहेत. त्या मंदिरातून वैदिक व पौराणिक देव–देवतांच्या मूर्ती होत्या, ज्या आता भग्न झाल्या आहेत. यात्रेकरूंसाठी खोल्याही आहेत.

मंदिर परिसर स्वच्छ व सुशोभित आहे. अनेक कारणांसाठी हे मंदिर अद्वितीय आहे. होयसळांनी यात नक्षीदार आडव्या शिल्पपट्ट्यांची शैली वापरली आहे. चांदणीच्या आकाराच्या भूविन्यासामुळे मंदिराला

अनेक कोने निर्माण झाले आहेत. पायापासून शिखरांपर्यंत मंदिर नखशिखांत नटलेले आहे. नवरंगाची छतेही अप्रतिम कलाकुसरीची आहेत. छतावर कोरलेल्या केळफुलांच्या विविध अवस्था बारकाईने अभ्यासण्याजोग्या आहेत. होयसळ शैलीतले एक अतिशय उत्तमरीत्या संवर्धन केलेले असे हे मंदिर आहे. उच्च स्थापत्यशास्त्र व कुशल कोरीव काम यांचे हे उत्तम उदाहरण आहे.

जबरेश्वर मंदिर

जबरेश्वर मंदिर

स्थान : महाराष्ट्राच्या सातारा जिल्ह्यातील फलटणमध्ये. पुण्यापासून फलटण १११ कि. मी. अंतरावर आहे.

दैवत / देवता : पार्श्वनाथ, भगवान शंकर

■ **ऐतिहासिक पार्श्वभूमी :** फलटण हे एक प्राचीन ठिकाण असून त्याचे पूर्वीचे नाव 'फलपट्टण' असे होते. रामायणात या ठिकाणाचा दंडकारण्याचा भाग म्हणून उल्लेख आहे. स्थानिक लोकांच्या समजुतीनुसार फलपट्टण ऋषींवरून या गावाचे नाव फलटण पडले. महानुभाव पंथीयांची खूप देवळे या भागात आहेत. म्हणून त्याला 'दक्षिण काशी' असेही म्हणतात. दहाव्या ते चौदाव्या शतकात यादवांनी येथे खूप मंदिरे बांधली. बाराव्या–तेराव्या शतकातील हे मंदिर फलटणमधले सर्वात जुने मंदिर आहे. हेमाडपंथी शैलीतील हे मंदिर जैनांचे तेविसावे तीर्थंकर 'पार्श्वनाथ' यांना समर्पित होते. मुधोजीराव निंबाळकर यांनी गाभाऱ्यात शिवलिंगाची स्थापना केली.

■ **स्थापत्य :** मंदिरातील शिवपिंड चौकोनी आकाराची असून तिचे तोंड पूर्वेकडे आहे. पिंडीवर दोन शाळुंका असून त्यांचा आकारही वेगळा आहे. राजवाडा व श्रीराम मंदिराच्या जवळच रस्त्याच्या मधोमध मंदिर उभे आहे. असमान चांदणीच्या आकाराच्या जगतीवर हे उत्तराभिमुख मंदिर उभे आहे. मंदिराचे मुखमंडप, सभामंडप, अंतराळ व गाभारा असे विभाग आहेत. बाह्य भिंतीवर दिगंबर जैनांच्या मूर्ती कोरल्या आहेत. दर्शनी ललाटबिंबावर जिनाकृती कोरलेली आहे. गाभाऱ्याच्या प्रवेशद्वाराशेजारी पाच फण्यांची नागीण व तिची दोन पिल्ले यांच्या मूर्ती आहेत. गाभाऱ्यातील पिंड चौकोनी असून पिंडीवर दोन शाळुंका आहेत. बंदिस्त सभागृहाचा आकार गोलाकार आहे. सध्या हे मंदिर 'शैव' म्हणूनच ओळखले जाते. बाह्य भिंतीवर वैष्णव व शैव प्रतिमा कोरण्यात आल्या आहेत. तसेच, सुरसुंदरी व मैथुनशिल्पेही कोरण्यात आली आहेत. अफझलखानाच्या काळात मंदिरावर हल्ला होऊन ते लुटण्यात आले, म्हणून मंदिरावरील मूर्तींची बरीच तोडफोड झालेली दिसून येते. महाशिवरात्र व इतर बरेच उत्सव मंदिरात साजरे केले जातात.

कर्णेश्वर

कर्णेश्वर

स्थान : महाराष्ट्रातील रत्नागिरीपासून ४५ कि. मी. वर असलेल्या संगमेश्वर तालुक्यातील कसबा गावात.

दैवत / देवता : भगवान शंकर

▪ **ऐतिहासिक पार्श्वभूमी :** संगमेश्वर हे ठिकाण ऐतिहासिकदृष्ट्या प्रसिद्ध आहे. गावाजवळ शास्त्री, अलकनंदा व वरुणा अशा तीन नद्यांचा संगम असल्याने गावाचे नाव 'संगमेश्वर' असे पडले. एके काळी या गावात ३५० हून अधिक देवळे होती, आता फक्त ३० शिल्लक आहेत. त्यातील काही तर भग्नावस्थेतच आहेत. सह्याद्रीच्या पर्वतरांगांत वसलेले संगमेश्वर गाव संभाजी महाराजांचे स्मृतिस्थळ, कर्णेश्वर मंदिर, घनदाट झाडी व निसर्गसौंदर्याकरिता प्रसिद्ध आहे. स्थानिकांच्या म्हणण्यानुसार मंदिर १६०० वर्षे जुने असून ते करवीर नगरीचा चालुक्य राजा 'कर्ण' याने बांधले, तर काहींच्या मतानुसार पांडवांनी वनवास काळात

ज्येष्ठ बंधू 'कर्ण' याच्या नावाने हे मंदिर एका रात्रीत बांधले. म्हणून मंदिराचे नाव 'कर्णेश्वर' पडले. पण दिवस उजाडण्यापूर्वी पांडवांना ते ठिकाण सोडणे भाग असल्याने मंदिराचे बांधकाम अर्धवट राहिले. मंदिराच्या शिखराचे काम पूर्ण करू शकले नाहीत. प्रस्थान करण्यापूर्वी भोजन करायला वेळ नसल्यामुळे त्यांनी जमिनीवर ताटे पालथी घातली. ती दगडी ताटे भव्य आहेत. दक्षिण प्रवेशद्वाराजवळच्या खांबावर एक शिलालेख कोरला आहे. पांडवांची चार ताटे मंदिरात दिसतात, सहावे कर्णाचे ताट शिवलिंगाखाली आहे, पाचवे ताट मात्र गुप्तपणे ठेवण्यात आले आहे. खांबांवरील मजकूर जो वाचू शकेल त्याला दैवी शक्ती प्राप्त होईल आणि पाचव्या ताटाचे ठिकाण फक्त तोच जाणू शकेल अशी समजूत आहे. मुखमंडपातील कक्षासने खूप उंच, जवळजवळ ४ फूट उंच आहेत.

शिवकाळाच्या पूर्वी संपूर्ण भारतात संगमेश्वर हे रामक्षेत्र व विद्यानगरी म्हणून प्रसिद्ध होते. संगमेश्वरपासून जवळच शृंगारपूर गावात भारतातील त्या काळचे सर्वांत मोठे ज्ञानपीठ होते. त्यामुळे देशभरातील संतमहंत व विद्यार्थी तेथे अभ्यासासाठी येत, अशी नोंद इतिहासात आढळते.

■ **स्थापत्य :** मंदिराला दगडी तटबंदी असून त्यात दोन प्रवेशद्वारे आहेत. मंदिर १.५ फूट उंच जगतीवर उभे असून पूर्वाभिमुख आहे. सोळा कोन असलेल्या मंदिराला तीन बाजूंनी प्रवेशद्वारे आहेत. तिन्ही बाजूंना मुखमंडप आहेत. मुख्य पूर्व मुखमंडपात छतावर मध्यभागी मोठे फूल कोरले आहे. त्याच्या बाजूला समुद्रमंथन व दशावतार कोरले आहेत. पूर्व, दक्षिण व इतर दिशांना पायऱ्या असलेली प्रवेशद्वारे आहेत. पूर्व बाजूला पायऱ्यांच्या खाली दोन्हीकडे दोन छोटी देवळे आहेत. सभामंडपात बसलेला नंदी आहे. त्यापुढे एक छोटे अंतराळ व गर्भगृह आहे. गाभाऱ्यात शिवलिंग आहे. मुखमंडपाच्या भिंतीवर कोरीव काम केलेले आहे. स्तंभ, द्वारशाखा व छत या सर्व ठिकाणी कोरीव काम केलेले आढळते. गाभाऱ्याच्या द्वारावर शिवपंचायतन कोरलेले आहे. चंद्रशिळेच्या मध्यावर दाराच्या खालच्या बाजूला पार्वतीचा पंचकळस कोरला आहे. गाभाऱ्याच्या दाराच्या वर शिखरांच्या शिल्पांचे कोरीव काम आहे. हे शिखर म्हणजे मूळ शिखराची प्रतिकृती आहे. दाराच्या खाली डाव्या बाजूला नरकासुर व उजव्या बाजूला कीर्तिसुर कोरलेला आहे. सभामंडपाच्या छतावर यंत्र कोरले आहे. पूर्वी या यंत्रातून मंत्रोच्चारांचा प्रतिध्वनी ऐकू येई, पण आता हा चमत्कार अनुभवायला मिळत नाही. सभामंडपात उभे राहिल्यावर ब्रह्मा, विष्णू व महेश या तिघांचेही दर्शन होते. गाभाऱ्याच्या दोन्ही बाजूंना दाढीवाला ब्रह्मा व विष्णू कोरले आहेत. गाभाऱ्यातील पाणी बाहेर जाण्यासाठी मगरमुख कोरले आहे. संपूर्ण मंदिर मगरीच्या पाठीवर तोलले आहे, अशी संकल्पना आहे. मंदिराला बाहेरून संपूर्ण प्रदक्षिणा घालता येते.

शिलाहार राजांनी नंतर मंदिरावर शिखर बांधले. पण ते अगदी साधे, विनाकलाकुसरीचे व मंदिराच्या एकूणच धाटणीला न शोभेसे वाटते. मंदिराच्या समोर दगडी दीपस्तंभ व एका उंच जोत्यावर एक छोटे मंदिर आहे. मंदिराच्या बाहेर नृत्यपार्वती व ओंकार गणपती यांच्या मूर्ती आहेत. मंदिराच्या उजव्या हाताला मागच्या बाजूला सूर्याचे मंदिर आहे. त्याच्यासमोरच पुढील बाजूला वाईच्या गणपतीची आठवण करून देणारी मूर्ती असणारे गणेश मंदिर आहे. मंदिराच्या तटबंदीच्या दुसऱ्या प्रवेशद्वारातून खालच्या बाजूला दुसरी मंदिरे व नदीकडे जाण्याचा रस्ता आहे. मंदिराला तळघर व भुयारी गुप्त मार्ग आहे, असे म्हणतात.

सुंदरनारायण

सुंदरनारायण

स्थान : महाराष्ट्राच्या नाशिक जिल्ह्यातील पंचवटी परिसरात अहिल्याबाई होळकर पुलाजवळ.

दैवत / देवता : भगवान विष्णू

■ **पौराणिक पार्श्वभूमी :** या मंदिराविषयी एक दंतकथा प्रचलित आहे. जालंधर नावाच्या शिवभक्त राक्षसाने या परिसरात हाहा:कार माजवला होता. जालंधराची पत्नी सात्त्विक होती. जालंधराच्या शिवभक्तीमुळे प्रसन्न होऊन शंकराने त्याला अमरपद बहाल केले. त्यामुळे गर्विष्ठ बनलेल्या जालंधराने शिवासकट सर्व देवांना आव्हान दिले. जालंधराचा अंत करण्यासाठी सर्व देवांनी विष्णूचा धावा केला. विष्णूंनी जालंधराचे रूप घेतले व ते त्याच्या पत्नीकडे गेले. पत्नी वृंदा त्यांना ओळखू शकली नाही. वृंदाचा पावित्र्यभंग झाला व जालंधराचे पाठबळ नष्ट झाले. मग विष्णूंनी जालंधराचा वध केला. वृंदाला ही हकिकत कळल्यावर तिने विष्णूंना शाप

दिला. त्यामुळे विष्णूंचे तेज नष्ट झाले. गेलेले तेज प्राप्त करण्यासाठी विष्णूंनी गोदावरी नदीत स्नान केले. ते अधिक तेजस्वी होऊन नदीतून बाहेर पडले. तेव्हापासून त्यांना 'सुंदरनारायण' असे नामाभिधान प्राप्त झाले. १७५६ मध्ये सरदार गंगाधर यशवंत चंद्रचूड यांनी हे मंदिर बांधले. त्या काळी मंदिरबांधणीसाठी रु. १० लाख खर्च आला, असे म्हणतात.

▪ **स्थापत्य :** मंदिर पूर्वाभिमुख असून त्याला कक्षासने असलेला छोटा मुखमंडप आहे. मंदिराला आणखी दोन प्रवेशद्वारे आहेत. सभामंडप मोठा असून त्यामध्ये स्तंभ नाहीत. मंदिर जगतीवर उभे असून प्रवेशासाठी पायऱ्या आहेत. गाभाऱ्यात विष्णू, लक्ष्मी आणि सरस्वतीची मूर्ती आहे. मूर्तीच्या वर चारखांबी मंडप आहे. मंदिरात कमानदार देवकोष्ठे आहेत. मंदिराच्या गाभाऱ्यावर भूमिज पद्धतीचे शिखर आहे. सभामंडप गोलाकार असून वर कोरीव काम असलेला घुमट आहे. मुखमंडपावरही छोटा घुमट आहे. बाह्य भिंतीवर देवकोष्ठे असून त्यात देवांच्या मूर्ती आहेत. बाह्य भिंतींना अनेक कोन असून त्याचा समतोल राखण्यासाठी अंतराअंतरावर आडवे पट्टे कोरले आहेत. मुखमंडपाच्या भिंती, दरवाजे यांच्यावर कोरीव काम केलेले आहे. सुंदरनारायण मंदिर अशा पद्धतीने बांधले आहे की दरवर्षी २० व २१ मार्च या दिवशी उगवत्या सूर्याची किरणे विष्णू मूर्तीच्या पायावर पडतात. हा विशेष सोहळा बघण्यासाठी मंदिरात भाविकांची गर्दी होते. सुंदरनारायण मंदिरातून कपालेश्वर मंदिरातील शिवपिंडीचे दर्शन होते. कपालेश्वर मंदिर पुलाच्या खालच्या भागात असून ते उंच जोत्यावर बांधले आहे व वर जाण्यासाठी पायऱ्या आहेत.

गोदावरीच्या दक्षिण तीरावर सुंदरनारायण व उत्तर तीरावर कपालेश्वर (शिवाचे) मंदिर आहे. वर्षभर दोघांची भेट होत नाही, पण वैकुंठ चतुर्दशीला दोघांची भेट होते. संपूर्ण वर्षभर नारायणाला बेल व शिवाला तुळस वाहिली जात नाही. पण त्याच दिवशी नारायणाला वाहिलेली तुळस शिवाला वाहिली जाते व शिवाला वाहिलेला बेल नारायणाला वाहिला जातो. या विशेष प्रसंगी दोन्ही देवांना छपन्न भोग अर्पण करतात. बऱ्याच जणांना हे माहिती नसते, की शिव व नारायण हे एकमेकांचे आराध्य दैवत आहेत. कपालेश्वराच्या मंदिरातून पुजारी बेल घेऊन रात्री १२ वाजता सुंदरनारायण मंदिरात जातात व तिथली पूजाआरती झाल्यावर रात्री २

वाजता सुंदरनारायणाचे पुजारी कपालेश्वर मंदिरात जाऊन पूजा आरती झाल्यावर शिवाला तुळस वाहतात. या हृद्य प्रसंगाला 'हरिहर भेट' असे संबोधतात.

हे मंदिर काळ्या बसाल्ट दगडात बांधले असल्याने त्याची बऱ्याच प्रमाणात झीज झाली आहे. फटीतून झाडे, गाजर गवत उगवले आहे. त्यामुळे मंदिराची पूर्वीच पडझड सुरू झाली आहे. मंदिराच्या दुरुस्तीकरिता केंद्र सरकारने १२.५० कोटींचा निधी राज्याच्या पुरातत्त्व विभागाला मंजूर केला असून तीन वर्षांची मुदतही दिली आहे. त्यासाठी 'कलाकर्षण विधी' पूजा ऑगस्ट २०१८ मध्ये करण्यात आली व सर्व मूर्ती शेजारच्या वाड्यात हलवण्यात आल्या. मंदिराचे दगड उतरवणे व पुनर्बांधणीचे काम चालू झाले आहे. पूर्वी मंदिराच्या दर्शनी भागाच्या पुढेच मोठा घाट गोदावरीच्या पाण्याशी उतरत होता. आता हा घाट अस्तित्वात नाही. गजबजलेल्या रस्त्याला लागूनच मंदिर उभे आहे.

नारोशंकर

नारोशंकर

स्थान : महाराष्ट्रातील नाशिक शहरातील पंचवटी भागात गोदावरी नदीच्या काठी.

दैवत/देवता : भगवान शंकर

▪ **ऐतिहासिक पार्श्वभूमी :** नारोशंकर राजेबहादुर यांनी १७४७ मध्ये हे मंदिर बांधले. अठराव्या शतकातील अत्यंत सुंदर शिल्पकाम असलेल्या मंदिरामध्ये याचा समावेश होतो. मंदिराच्या दर्शनी भागातील घंटाघरात 'नारोशंकर' नावाची घंटा टांगली आहे. ती बाजीराव पेशव्यांचे धाकटे बंधू चिमाजी अप्पा यांच्या पोर्तुगीजांवरील विजयाचे प्रतीक आहे. त्यांनी पोर्तुगीजांकडून वसईचा किल्ला जिंकून घेतला. सरदार नारोशंकर राजे बहादुरनी या लढाईत महत्त्वाची भूमिका बजावली. त्यांच्या पराक्रमाचा गौरव म्हणून त्यांना ही घंटा भेट म्हणून देण्यात आली होती. या घंटेचा व्यास ६ फूट असून वजन ७५० किलो आहे. तिचा घंटानाद ५ कि. मी. दूरपर्यंत

ऐकू जातो. गोदावरीकाठच्या पंचवटी भागात बऱ्याचशा ठिकाणाहून ही घंटा दृष्टोत्पत्तीस पडते.

■ **स्थापत्य :** या मंदिराची स्थापत्य शैली 'माया' या प्रकारात मोडते. मंदिराभोवती ११ फूट उंच दगडी भिंत आहे. त्याच्या चार कोपऱ्यांवर चार दगडी छत्र्या–'मेघडंबरी' होत्या, त्यापैकी तीन शिल्लक आहेत. मंदिर घाटापेक्षा वरच्या पातळीवर आहे. मंदिर परिसरात पायऱ्या चढून जावे लागते. शिवाय मंदिर जगतीवर उभे आहे. मंदिराच्या अंतर्भागापेक्षा मंदिराचा बाह्य भाग जास्त लक्षवेधक आहे. बाह्य भिंतींवर सुंदर कलाकुसरीचे आडवे पट्टे आहेत. एका पट्ट्यात तोंडात माळा घेऊन मोर चितारले आहेत. शिखराच्या चार बाजूंना पद्मासनात बसलेले संत आहेत. एकाच्या हातात माळ आहे, तर एकाच्या पवित्र पुस्तक. काही पुतळ्यांचे हात भग्न आहेत.

मंदिरात प्रवेशद्वारापाशीच नंदीचे दर्शन होते. गाभाऱ्यात शिवलिंग आहे. सभामंडपाचे छत घुमटाकार व कोरीव काम केलेले आहे. मंदिराचे मुखमंडप, सभामंडप व गाभारा असे भाग आहेत. मंदिरात पायऱ्या चढून गेल्या गेल्या दर्शनीय मुखमंडपात नंदी स्थित आहे. मंडपाला नवीन खांबांची जोड दिलेली आहे. दोन्ही बाजूला कक्षासने आहेत. सभामंडप मोठा असून त्यात मध्ये स्तंभ नाहीत. स्तंभ भिंतीत असून नक्षीदार आहेत. भिंतीलाच नक्षीदार कमानी आहेत. छोट्या देवळ्या आहेत. छत घुमटाकार व उंच असून त्यावर गोलाकार रचनेत १६ पुतळे उभ्या अवस्थेत आहेत. एकंदर मंदिराची आतली रचना निराळीच आहे. बाजूच्या दोन भिंतींमध्ये दोन

प्रवेशद्वारे असून ती वापरात नाहीत. मुख्य प्रवेशद्वारातूनच भाविकांची ये–जा असते. गाभाऱ्यात शिवलिंग असून बाहेरूनच दर्शन घेता येते. सभामंडपाचे व गाभाऱ्याचे दार दोन्हींवर नक्षीकाम आहे. मंडपाच्या सभागृहाचे शिखर त्रिकोणाकृती असून त्याच्या बाजू शंकरपाळ्याच्या आकारातील आहेत. बाजूंवर कोरीव काम असून त्यांची पायऱ्यांसारखी रचना लांबूनही उठून दिसते. दोन बाजूंच्या मधल्या कडांवर प्राण्यांचे दगडी पुतळे हत्ती, वाघ इ. एका रांगेत शिस्तबद्धरीत्या उभे आहेत. मंदिराची भिंत व शिखर यांच्यामधल्या भागात काही काही ठिकाणी जुना निळसर रंग अद्यापही शिल्लक आहे. गाभाऱ्याच्या शिखराजवळचा भगवा ध्वज निळ्या आकाशात झेपावत आहे. गाभाऱ्याचे शिखर नागर शैलीचे आहे.

मंदिर कोनाकार पायावर उभे आहे आणि तोच आराखडा मंदिराच्या बाह्य भिंतींनी अनुसरला आहे. त्यामुळे बाह्य भिंतींना अनेक कोन निर्माण झाले आहेत. मंदिराचे उभे स्तर व विविध आडव्या पट्ट्यांची नक्षी यांच्या समतोलामुळे बाह्य भिंतींना उठाव आला आहे. भिंतींच्या उथळ देवकोष्ठांमध्ये पुष्पाकृती, सर्पाकृती कोरल्या आहेत. मंदिराच्या बाहेरच्या बाजूला छोटी छोटी देवळे आहेत. लगतच दुकानेही आहेत. मंदिराचा समोरचा भाग घाट व नदी यामुळे रमणीय भासतो. मंदिराचा काही काही भाग काळानुसार भग्न झाला होता, त्याची महापालिकेकडून डागडुजी झाली आहे. मंदिर परिसरात पिंपळ वृक्ष व त्याचा जुना पार आहे.

ऐहोळे

ऐहोळे

स्थान : कर्नाटकच्या बागलकोट जिल्ह्यातील बदामीपासून ३५ कि. मी. अंतरावरील पट्टदकल गावापासून ९.७ कि. मी. अंतरावर.

दैवत / देवता : भगवान शंकर व इतर अनेक

■ **ऐतिहासिक पार्श्वभूमी :** इ. स. चौथ्या ते बाराव्या शतकामध्ये प्राचीन व मध्ययुगीन बौद्ध, जैन व हिंदू वास्तूंसाठी उत्तर कर्नाटकामधील मलप्रभा नदीच्या काठी वसलेले 'ऐहोळे' हे ऐतिहासिक ठिकाण प्रसिद्ध आहे. या ठिकाणी एके काळी १२५ देवळे व गुहामंदिरे होती. ऐहोळेचे वर्णन 'दक्षिण भारतीय स्थापत्यशास्त्राची प्राथमिक शाळा' असे यथार्थपणे केले जाते. दक्षिण चालुक्यांनी आपली राजधानी येथे वसवली होती.

ऐतिहासिक नोंदीतून ऐहोळेचा उल्लेख अय्यावोले किंवा आर्यपुरा, अैवल्ली/अैवोलल असा आढळतो. परशुरामाने आपल्या परशूच्या साहाय्याने स्वतःच्या सामर्थ्याचा दुरुपयोग करणाऱ्या क्षत्रियांचा संहार केला.

त्यानंतर परशुरामाने या नदीच्या पाण्यात परशू धुतल्याने नदीचे पाणी लाल झाले. नदीचे लाल पाणी पाहून एक बाई 'अय्यो, होले (रक्त)' असे ओरडली. म्हणून गावाचे नाव 'ऐहोळे' असे पडले, अशी दंतकथा आहे. मेगुटी टेकडीजवळ प्रागैतिहासिक काळातल्या मानवी वसाहतींचे पुरावे सापडले आहेत.

■ **स्थापत्य :** सहाव्या शतकापासून ऐहोळेत मंदिर स्थापत्यकला, पाषाण शिल्पकला व वास्तुतंत्र यांचा जन्म झाला. परिणामी, ऐहोळेत १६ प्रकारची स्वतंत्र असलेली मंदिरे व ४ प्रकारची गुहा मंदिरे निर्माण झाली. त्यात १०० पेक्षा जास्त हिंदू मंदिरे, काही जैन मंदिरे व एक बौद्ध मंदिर यांचा समावेश आहे. हे पुरातत्त्व ठिकाण $५^२$ कि. मी. इतक्या विस्तारात सामावले आहे. वास्तुशास्त्रातले नवनवीन शोध व कल्पनांचे प्रयोग येथे केले गेले. ते एक प्रमुख धार्मिक व सांस्कृतिक ठिकाण होते. ब्रिटिशांच्या निरीक्षणातून व शोधातून प्रसिद्ध झालेल्या अधिकृत नोंदींनंतर ऐहोळे ही प्रमुख पुरातत्त्व जागा म्हणून अभ्यासूंना आकर्षित करू लागली.

ऐहोळेतील आराखड्यांचे संधारक (प्रदक्षिणा पथासह) व निसंधारक (प्रदक्षिणा पथाशिवाय) असे दोन प्रकार आहेत. गाभाऱ्याच्या छताकडे उंच होणाऱ्या बांधकामातही शिखर, मुंडमाला, रेखाप्रसाद, द्रविड विमान, कदंबा चालुक्य शिखर असे अनेक प्रयोग केले गेले. आराखड्यामध्ये चौकोन किंवा आयताकार प्राधान्याने असले तरी कलाकारांनी गजपृष्ठ आराखड्याचाही वापर केला. याव्यतिरिक्त आराखड्यात मंडपाचा समावेश, उजेडासाठी विभिन्न गवाक्ष, विविध आकाराचे स्तंभ, पुतळे व उठावाची नक्षी, स्तरांवरील नक्षीकाम व कोरीव काम, हस्तनक्षी, छत–नक्षी, आंतरबद्धता व शिल्पपट इ. अनेक बाबतीतही नाना प्रयोग केले गेले. काही मंदिरात त्यांनी नंदीमंडप, प्राकार व प्रवेशद्वारे यांचाही अंतर्भाव केला.

या व्यतिरिक्त ऐहोळेमधील मंदिरे म्हणजे पूर्वीच्या काष्ठ मंदिरांचा आरसा होत. काळाच्या ओघात नष्ट होण्याच्या लाकडाच्या प्रवृत्तीतून दगडाचा वापर सुरू झाला व प्राचीन मंदिरांचा वारसा जपला गेला. ऐहोळेची सुरुवातीची मंदिरे म्हणजे 'गावातील लोकांचे एकत्र भेटण्याचे ठिकाण' म्हणून बांधलेले मंडप दर्शवितात.

ऐहोळेतली मंदिरे मलप्रभा नदीची बदलती पातळी व पुरावस्था लक्षात घेऊन वेगवेगळ्या भूस्तरावर (जमिनीच्या पातळीवर) बांधलेली आढळतात. काही पूर्वीची मंदिरे अधिक खालच्या पातळीवर बांधलेली दिसतात. ऐहोळेतील उत्खनन व संशोधन सातत्याने चालून आहे व दरवेळी नवनवीन माहिती समोर येत आहे. भारतीय पुरातत्त्व खात्याचे पुनर्बांधणी व संवर्धन अतिशय जोमाने सुरू आहे.

दुर्ग मंदिर

दुर्ग मंदिर

स्थान : कर्नाटकातील ऐहोळे.

दैवत/देवता : भगवान विष्णू

▪ **ऐतिहासिक पार्श्वभूमी :** ऐहोळेच्या मंदिरांपैकी सुप्रसिद्ध व जास्तीत जास्त अभ्यासले जाणारे मंदिर म्हणजे दुर्ग मंदिर. चालुक्य राजांनी सहाव्या शतकाच्या शेवटी हे मंदिर बांधले. हे मंदिर त्याच्या घोड्याच्या नालेसारख्या आकारासाठी प्रसिद्ध आहे. इंग्लिश उच्चाराच्या चुकीमुळे ते दुर्गा म्हणजे देवीचे मंदिर समजले जाते, पण याचे नाव 'दुर्गदागुडी' म्हणजे 'किल्ल्यातले मंदिर' म्हणून याचे नाव 'दुर्ग मंदिर' पडले. अजंठा गुहांमधल्या इ.स.पूर्व दुसऱ्या व पहिल्या शतकातील बौद्ध चैत्य सभागृहासारखी याची रचना आहे.

■ **स्थापत्य :** हे मंदिर एका उंच उपपीठावर स्थित आहे. मंदिराचे रेखानागर शिखर भग्न आहे व त्याचा आमलक जमिनीवर पडला आहे. मंदिर द्रविड व नागर शैलीचे मिश्रण आहे. काही विद्वानांच्या म्हणण्यानुसार हिंदु व जैनांच्या स्थापत्यात अर्धवर्तुळाकार हा बुद्धांच्या चैत्य हॉलवरून आला असावा; पण नंतर अधिक अभ्यासान्ती बुद्धांच्या स्थापत्यापूर्वीच हा आकार भारतीय स्थापत्यात प्रचलित होता, असे लक्षात आले. मंदिराच्या या विशेष आकाराला 'गजप्रस्थ' अशी संज्ञा आहे, म्हणजे हत्तीच्या पाठीसारखा!

मंदिर पूर्वाभिमुख असून त्याला एकच प्रवेशद्वार आहे. त्याचे मुखमंडप, सभामंडप, गाभारा व प्रदक्षिणा पथ असे भाग आहेत. गाभाऱ्याच्या बाहेरून खांब असलेला व बंदिस्त असा, उतरते छप्पर असलेला प्रदक्षिणा पथ आहे. दोन्ही मंडप, खांब, द्वारस्तंभ, गाभाऱ्याच्या बाहेरील भिंती सर्व उत्कृष्ट कोरीव काम केलेल्या आहेत. शैव, वैष्णव व शक्ती पंथांतील देवदेवता मंदिरात कोरल्या आहेत. रामायण व महाभारत यातील प्रसंगाचे शिल्पपट मंदिरात पाहायला मिळतात. विविध मुद्रेतील व स्थितीतील प्रेमी युगुले खांबांवर पाहायला मिळतात. छतावर मत्स्य यंत्र व सात फण्यांचा नागराज अतिशय सुंदररीत्या कोरला आहे. गाभाऱ्याच्या दारावर गरुड कोरला आहे. दाराला नाग, पत्र, कुंभ, नर व मकर असे कोरीव स्तंभ आहेत. दोन्हीकडे गंगा व यमुना यांची शिल्पे आहेत. पूर्ण मंदिर शब्दबद्ध करणे फार अवघड आहे, ती अनुभवण्याची गोष्ट आहे. मंदिरातील काही खास कोरीव कामे पुढीलप्रमाणे – दारू पिऊन बेताल झालेल्या, वस्त्रांचीही शुद्ध नसलेल्या युगुलाचे शिल्प, प्रदक्षिणा मार्गावर ५ स्वस्तिक गुंफलेले गवाक्ष, त्रिभंग अवस्थेतील ६ हात असलेला व सौम्य रूपातील शिव, वरदहस्त विष्णू व बाल गरुड, हरिहर आणि खांब व छत यांच्यातील दुवा.

गाभाऱ्यात देवमूर्ती नसल्याने पूजा होत नाही. दुर्ग मंदिर परिसरात अजून ७ देवळे आहेत. पायऱ्या असलेले एक मोठे कुंड आहे, त्याच्या भिंतींवरही शिल्पे आहेत.

सिद्धेश्वर

सिद्धेश्वर

स्थान : महाराष्ट्रातील बारामती येथे कऱ्हा नदीच्या उजव्या तीरावर.

दैवत/ देवता : भगवान शंकर

▪ **ऐतिहासिक पार्श्वभूमी :** या मंदिरावर 'स्थापना – १२३७' असे लिहिले आहे. हे बारामतीचे ग्रामदैवत आहे. पूर्वी बारामतीला 'भीमथडी' हे नाव होते. भीमथडी परगण्यातील पहिली वास्तू श्रीसिद्धेश्वर मंदिर होती. सासवडच्या कऱ्हा नदीच्या उगमस्थानापासून सोनगावपर्यंत नदीकिनारी १२ ज्योतिर्लिंगे आहेत; त्यातीलच हे एक! श्रीधर स्वामींनी 'शिवलीलामृत' या ग्रंथात उल्लेखिलेली 'द्वादशमती' नगरी म्हणजेच बारामती.

सिद्धेश्वर व काशीविश्वेश्वर या दोन मंदिरांमुळे बारामतीला कीर्ती प्राप्त झाली. राजा रामदेवराय यादव यांनी इ. स. ११३७ मध्ये मंदिर उभारणीचे काम हाती घेतले. सोने-चांदी व शिसे यांचे मिश्रण करून मंदिराचा पाया केला. मंदिराचे काम पूर्ण होण्यास ४० वर्षे लागली. मंदिर शिवाला समर्पित आहे. औरंगजेबाच्या काळात

शहाजीराजे नंतर शिवाजी महाराज व पुढे बाळाजी विश्वनाथ भट यांचा मंदिरावर वरदहस्त होता. सन १७२३ मध्ये बाळाजी विश्वनाथ भट यांनी मोडी भाषेत एक सनद लिहून ठेवली होती, ती आजही उपलब्ध आहे. त्यात मंदिराचा इतिहास नमूद आहे. संत ज्ञानेश्वर या मंदिरात नेहमी येत असत. त्यांनी येथे गणपतीची मूर्ती स्थापन केली. त्यांच्या हातांचे व बोटांचे ठसे असलेला एकमेव दगड या मंदिरात आजही आहे. संत तुकाराम महाराजांचेही वास्तव्य येथे होते.

■ **स्थापत्य :** मंदिराच्या प्राकाराला उंच दगडी तटबंदी असून आकर्षक प्रवेशद्वार आहे. मंदिराचे प्राकार भव्य असून मंदिराच्या दोन्ही बाजूला खांब असलेल्या ओवऱ्या आहेत. प्रवेशद्वारातून आत शिरताच २.५ फूट उंच जोत्यावर उभा असलेला नंदीमंडप नजर खिळवून ठेवतो. १२ फूट x १२ फूट ओट्यावर मेघडंबरी असलेला कमानीदार नंदीमंडप आतल्या नंदीइतकाच देखणा आहे. नंदी व नंदीमंडप दोन्ही काळ्या पाषाणातून घडवलेला आहे. नंदीच्या अंगावर रेखीव दागिने कोरले आहेत. त्याच्या गळ्यातली घंटा ५ इंच उंच आहे व अंगावर ५० घुंगरे असलेला पट्टा आहे. समोरून नंदीकडे पाहिले तर त्याचा एक कान तुमचे म्हणणे ऐकतो आणि दुसरा कान महादेवाकडे आहे. पूर्वी मंदिराचा नंदी आत्ता आहे त्यापेक्षा दुप्पट मोठा व उभ्या स्थितीत होता. पण तो दुभंगला. त्यातल्याच एका तुकड्यातून आत्ताचा नंदी घडवला आहे. त्याच्या दोन्ही कानांमागे नाग कोरले आहेत. हा मंडप चार नक्षीदार खांबांवर तोलला आहे.

मुख्य मंदिर ३.११ फूट जगतीवर उभे आहे. त्याचे जोते ३६ फूट x ३६ फूट एवढे ऐसपैस आहे. त्याच्या भिंतींवर नंदीमंडपासारख्याच कमानी असलेली गवाक्षे आहेत. ही गवाक्षे मोकळी आहेत. तसेच मध्ये जाळीची नक्षी असलेल्या खिडक्याही आहेत. प्रत्येक खिडकीवरची नक्षी वेगळी आहे. सभामंडप २५ फूट x २५ फूट इतका भव्य आहे. मंदिराच्या प्रवेशद्वारावर दोन्हीकडे जय-विजय अतिशय बारकाव्याने कोरले आहेत. मंडपात ४ फूट उंच कक्षासने आहेत. ती ४ फूट रुंद असून पूर्वी श्रावणी सोमवारी सत्यनारायणाच्या पूजा करण्यासाठी वापरत असत. त्यावरच बसून पोथीवाचन किंवा पारायणे चालत. मंडपात मध्यभागी पितळी कासव आहे. त्याखाली कमळाच्या आकाराचे दगडी कारंजे होते. गाभाऱ्याच्या प्रवेशद्वाराच्या दोन्हीकडे देवकोष्ठात एकीकडे परशुरामाची तर एकीकडे काळभैरवाची मूर्ती आहे. मंडपाच्या छतांच्या घुमटाच्या खालच्या बाजूला गोलाकारात ८ मूर्ती आहेत. घुमटाचा व्यास २४ फूट असून मध्ये कमळ आहे. जमिनीवरील कारंज्याचा मध्य, घुमटावरील पुष्पाचा मध्य व मंडपाचे शिखर हे सर्व एकाच ओळंब्यात आहेत.

गाभाऱ्याच्या प्रवेशद्वारावर नंदी, सिंह व उभा असलेला गणेश व एक आसनस्थ व्यक्ती यांचे कोरीव काम आहे. गाभाऱ्यातील शिवपिंड एकाच अखंड पाषाणातून घडवली आहे. गाभाऱ्यात विशेष म्हणजे शिवपिंडीभोवती चार खांबी मंडप उभारला आहे. पिंडीच्या मागे गणेश व कऱ्हामाईची सुंदर मूर्ती आहे. पिंडीवर गोल घुमट आहे. त्यावर शिखरात मोकळी जागा असून पूर्वी त्यात गुप्तलिंग व एक पाण्याची टाकीही होती. आता गुप्तलिंग तिथे नाही. गाभाऱ्यात गोल घुमटामुळे प्रतिध्वनी ऐकायला येतो. इथेही शंकराची पिंड, वरचा कमळमध्य व शिखर सर्व एका रेषेत आहे. गाभाऱ्यात एक गुप्त भुयार आहे. त्यातून जाणारे तीन मार्ग आहेत. एक मार्ग मळदच्या मारुती मंदिरात जातो. दुसरा मेडदच्या किल्ल्यात व तिसरा बाबुजी नाईक यांच्या वाड्यात जातो. श्रीमंत बाबुजी नाईक हे पेशव्यांचे सावकार होते. नंदीमंडप, गाभारा व मंडप तिन्हींची शिखरे विटांच्या बांधकामातील व देवळी-नागर शैलीतील आहेत. मंदिराच्या प्राकारात पाणी वाहून जाण्यासाठी फरशीमध्ये छिद्रे आहेत. त्याखाली दगडी वाहिन्या केल्या आहेत. कितीही पाऊस आला तरी आवारात पाणी साठून राहत नाही. शेकडो वर्षांत दगडी वाहिन्या कधीही बंद झाल्या नाहीत.

काशीविश्वेश्वर

काशीविश्वेश्वर

स्थान : महाराष्ट्रातील बारामती येथे कऱ्हा नदीच्या पश्चिम किनाऱ्यावर.

दैवत / देवता : भगवान शंकर

▪ **स्थापत्य :** मंदिरात सभामंडप, अंतराळ व गाभारा आहे. नंदीमंडपात नंदी आहे. मंदिराच्या द्वारावर दोन्हीकडे द्वारपाल उभे आहेत. सभामंडपातील खांबांवर फुलांचे कोरीव काम आहे. गाभाऱ्याच्या द्वारावर कोरीव काम केलेले आहे. गाभाऱ्यात दोन रंगी शिवलिंग आहे. शिखर भूमिज पद्धतीचे असून त्याला अनेक देवळ्या आहेत. त्यात वेगवेगळ्या मूर्ती कोरल्या आहेत. शिखरावर दोन कळस आहेत. मंदिराच्या छतावरील भिंतीतही अनेक देवळ्या असून त्यात संत व देवदेवता यांच्या मूर्ती सुंदर रंगात रंगवल्या आहेत. मंदिरात देवकोष्ठात गणपती व देवीची मूर्ती आहे. खांबांवर देवदेवता व इतर प्रसंग कोरले आहेत. स्तंभ शीर्षावर उलट्या नागाचे

फणे काढले आहेत. मंदिरासमोर दीपमाळ, वीरगळ व नागशिला आहे. एक दगडी राशीचक्रही शेजारीच ठेवले आहे. दुर्दैवाने ते भग्न झाले आहे. या मंदिरात बसून श्रीधरस्वामींनी 'शिवलीलामृत' या ग्रंथाचे लेखन केले.

हंपी

हंपी

स्थान : बेळगावपासून २६६ कि.मी. आणि बदामीपासून १४० कि. मी. अंतरावर हंपी हे गाव असून हॉस्पेट रेल्वेस्थानकापासून ते ८ कि. मी. अंतरावर आहे.

दैवत /देवता : भगवान शंकर व इतर अनेक

- **पौराणिक पार्श्वभूमी :** या ठिकाणी शिव तपश्चर्या करीत होते. पार्वतीला शिवशंकराशी विवाह करावयाचा होता. पण शिवाची तपश्चर्या भंग होत नसल्याने तिने इतर देवांकडे मदतीची याचना केली. इंद्रदेवाने कामदेवाला पार्वतीच्या मदतीसाठी पाठवले. कामदेवाने तपश्चर्येत मग्न शिवावर मदनबाण सोडला. त्यावेळी संतप्त होऊन शंकराने आपला तिसरा नेत्र उघडला व कामदेवाला भस्म केले. पण त्याचवेळी त्यांची नजर पार्वतीवर पडली आणि नंतर त्यांचा पार्वतीशी विवाह झाला, अशी आख्यायिका आहे.

- **ऐतिहासिक पार्श्वभूमी :** उत्तर कर्नाटकातील 'मंदिरांची नगरी' म्हणजे हंपी. तिच्या तिन्ही बाजूंना पर्वत व एका बाजूला तुंगभद्रा नदी आहे. तुंगभद्रेच्या दक्षिण तीरावर मध्य कर्नाटकाच्या पूर्व भागात हंपी वसले आहे. या नगरीवर मौर्य, बदामी चालुक्य, कल्याणी चालुक्य, होयसळ अशा राजघराण्यांनी राज्य केले. ही नगरी धार्मिक व शैक्षणिक केंद्र म्हणून प्रसिद्ध होती. होयसळ राजांच्या काळात येथे दुर्गा, पंचदेवी, व शिवमंदिरे बांधण्यात आली. हंपेया–उडिया नावाचा होयसळ राजा 'हंपीचा भगवान' म्हणून ओळखला जात होता. तुलुवा

वंशाचा राजा कृष्णदेवराय यानेही काही काळ येथे राज्य केले. त्याचा काळ सर्वात वैभवशाली समजला जातो. कांपिलीचे सरदार हरिहर व बुक्क हे दोन भाऊ शिकारीनिमित्त फिरत असताना हंपीला पोहोचले. त्यावेळी त्यांचा कुत्रा एका सशाचा पाठलाग करीत होता. या ठिकाणी पोहोचताच ससा उलटा फिरला व त्याने कुत्र्याचा पाठलाग सुरू केला. ही घटना त्यांनी त्यांचे गुरू विद्यारण्य यांना सांगितली. तेव्हा त्यांनी या ठिकाणी साम्राज्य व राजधानी उभारण्यास सांगितले. त्यानुसार इ. स. १३३६ मध्ये सुप्रसिद्ध विजयनगर साम्राज्य उभे राहिले व हंपी हे राजधानीचे शहर बनले. या काळात हंपीमध्ये शिक्षण व कलांचा विकास झाला.

■ **स्थापत्य :** परदेशी प्रवासी निकोलस कौंटी इ.स. १४२० मध्ये तर पर्शियाचा प्रवासी अब्दुल रझाक इ.स. १४४२ मध्ये हंपीत आला होता. त्यांनी वर्णन केल्यानुसार हंपीभोवती एकूण सात तट होते. त्याला बुरूज व प्रवेशद्वारे होती. बाहेरच्या तटामध्ये शेती, हस्तव्यवसाय व घरे होती. तिसऱ्या तटात दुकाने व बाजार होते. इ. स. १५२० मध्ये गोव्यातील पोर्तुगीज दोमिंगी पेस याने हंपी हे रोमएवढे मोठे व जगातील सर्वांत जास्त सुखसोयी असलेले सुंदर शहर असल्याचे वर्णन केले आहे. हे जगातील सर्वांत श्रीमंत शहर होते. चीनमधील बीजिंग शहराच्या खालोखाल मोठे असलेले हे शहर होते.

संपूर्ण हंपी पाहण्यासाठी तीन दिवस लागतात. येथील अनेक ठिकाणे, वास्तू पाहण्यासारख्या आहेत. विशेषत: २२ फूट उंचीची योग नरसिंह मूर्ती, ३ मीटर उंचीचे बडावी शिवलिंग, ७.९ फूट उंच सासिवेकालू गणेश, १५ फूट उंच कडालेकालू गणेश, राजाचा पोहण्याचा तलाव व राणीचे कुंड, जमिनीखालील शिव व विष्णूला समर्पित मंदिर, विजयनगर राजांचे गुरू व्यासराज यांचा मठ, १०,००० वर्षांपूर्वीची दगडांवरील रंगीत चित्रे, विठ्ठलमंदिरावरील 'सा रे ग म प' संगीताचे खांब, अंजनेय पर्वतावरील हनुमानाचे मंदिर अशी अनेक ठिकाणे आवर्जून पाहण्याजोगी आहेत.

हंपीमधील पाण्याचे नियोजन खास होते. दगडी पाण्याची पन्हळ व त्याच्या बाजूची भोजनाची दगडी ताटे बघण्यासारखी आहेत. राजनिवास व त्या संदर्भातील वास्तू उत्तम स्थापत्यशैलीचा नमुना आहेत. पर्वतावरील प्रचंड पायाचे ठसे व सुग्रीवाची गुहा बघण्यासारखी आहे. नदीच्या पाण्यात थेप्पामधून (बांबूची गोल व मोठी टोपली) मारलेला फेरफटका अतीव आनंद देतो. अनेक प्रकारच्या पौराणिक व ऐतिहासिक घटनांनी भरलेल्या नगरीत निसर्गसौंदर्याची मुक्त हस्ते उधळण झाली आहे. मोठमोठ्या 'ग्रॅनाईट' च्या शिळांनी भरलेल्या टेकड्यांचा वेढा नगरीला आहे. मातंग पर्वतावरून अप्रतिम सूर्यास्त दिसतो. मावळत्या सूर्याच्या प्रकाशात येथील मंदिरांची गोपुरे व शिखरे व पर्वतावरील खडक सोनेरी रंगात न्हाऊन निघतात.

हंपीच्या राजकीय व धार्मिक जडणघडणीत तुंगभद्रा नदीचा फार मोठा वाटा आहे. हे एक महत्त्वाचे व्यापारी केंद्र होते. कापूस, मसाले, हिरे व रत्नांचा व्यापार येथे चालत असे. येथील दगडी मंडपांचा बाजार ७५० मीटर लांबीचा होता. गौरवशाली हंपीचे रक्षण करण्याकरिता विजयनगर साम्राज्याकडे विशाल सैन्य होते. पण इ. स. १५६५ मध्ये तालिकोटच्या लढाईत परकीयांनी विजयनगर साम्राज्याचा पराभव केला व पुढील सहा महिने ही नगरी लुटली. हळूहळू हा प्रदेश निर्मनुष्य व जंगली श्वापदांच्या वास्तव्याचे ठिकाण झाला.

जुन्या हंपीबाबत असे म्हटले जाते, की येथील सर्व रस्ते विरुपाक्ष मंदिराला येऊन मिळतात. विजयनगर साम्राज्याचे राजे भगवान विरुपाक्षाच्या नावे राज्यकारभार करीत असत. त्यांच्या कागदपत्रांच्या शेवटी 'भगवान विरुपाक्ष' अशी मोहर उठवलेली दिसते.

२०१९ मध्ये न्यूयॉर्क टाइम्सने आवर्जून भेट देण्याजोग्या सर्वोत्तम ५२ ठिकाणांची यादी प्रसिद्ध केली. त्या यादीत हंपीचे नाव दुसऱ्या क्रमांकावर आहे, ही अभिमानाची गोष्ट आहे.

विरूपाक्ष मंदिर

विरूपाक्ष मंदिर

स्थान : कर्नाटक राज्यातील बंगळुरूपासून ३५० कि. मी. अंतरावरील बेल्लारी जिल्ह्यातील तुंगभद्रा नदीच्या दक्षिण किनाऱ्यावर वसलेल्या हंपी येथे.

दैवत / देवता : भगवान शंकर

▪ **ऐतिहासिक पार्श्वभूमी :** हेमकूट टेकडीच्या पायथ्याशी असलेले हे मंदिर राजा देवराय दुसरा याचा सेनापती लक्कना दंडेशाच्या सहकार्याने नवव्या–दहाव्या शतकात बांधले गेले. प्रथम छोट्या स्वरूपात बांधले गेलेले हे मंदिर विजयनगर राजवटीच्या काळात भव्यदिव्य स्वरूपात अस्तित्वात आले. भगवान शंकर येथे 'विरुपाक्ष' या नावाने स्थापित आहेत. ब्रह्मदेवाची मुलगी 'पंपा' हिने शिवशंकराला प्रसन्न करून घेण्यासाठी कठोर तप केले. भगवान शंकर हेमकूट टेकडीवर तपश्चर्येत मग्न होते. पंपाच्या भक्तीवर प्रसन्न होऊन त्यांनी तिच्याशी लग्न करण्याचे मान्य केले. त्यांचा विवाहसोहळा आत्ता जिथे मंदिर आहे त्याच जागी पार पडला, असे म्हणतात. त्या

प्रसंगी आकाशातून या टेकडीवर सोन्याचा वर्षाव झाला, म्हणून या टेकडीला 'हेमकूट' असे नाव पडले. पंपा हे तुंगभद्रा नदीचे प्राचीन नाव असून स्थानिक देवताही तीच आहे. मूळ संस्कृत भाषेतील पंपा या शब्दाचा कन्नडमध्ये 'हंपा' असा अपभ्रंश झाला व पुढे हंपाचे हंपी झाले. चालुक्य व होयसळ राजांच्या काळात मंदिराच्या सौंदर्यात उत्तरोत्तर भर पडत गेली.

चौदाव्या शतकाच्या मध्यात हंपीमध्ये स्थानिक कला व संस्कृती भरभराटीला आली. सोळाव्या शतकात म्हणजेच इ. स. १५६५ मध्ये मुस्लीम हल्लेखोरांकडून हंपी पूर्णपणे नष्ट झाले. पण विरूपाक्ष मंदिराचे धार्मिक महत्त्व कमी झाले नाही. वर्षानुवर्षे येथील पूजापाठ चालूच राहिला. एकोणिसाव्या शतकात मुख्य पुनर्बांधणी व काही बांधकामाची जोड मंदिराला देण्यात आली. त्यामध्ये छतावरील रंगकाम व पूर्व व उत्तर दिशांकडील शिखरांची डागडुजी केली गेली.

■ **स्थापत्य :** मंदिराच्या संपूर्ण आवाराला दगडी भिंतीचे प्राकार आहे. पूर्वेकडचे बिशपय्या गोपुर ५२.६ मीटर उंच असून ते ९ मजली आहे. मूर्तिकलेने सजलेले हे गोपुर अत्यंत सुंदर आहे. त्याचे खालचे दोन स्तर दगडी असून त्यावर काही कामशिल्पेही आहेत. वरचे बांधकाम विटांचे आहे. सोळाव्या शतकात राजा कृष्णदेवरायाने या गोपुराचा जीर्णोद्धार केला होता. या गोपुरातून प्रवेश केल्यावर आपण पहिल्या प्रांगणात पोहोचतो. इथेच १०० खांबी सभामंडप लक्ष वेधून घेतो. समोरच तीन मस्तके असलेल्या नंदीची मूर्ती आहे. या तीन मस्तकांतून ब्रह्मा, विष्णू व महेशाचे एकत्व सूचित होते. डाव्या बाजूला सूर्याचे मंदिर असून त्यात ४ फूट उंचीची सूर्याची प्रतिमा आहे. दूर उजव्या कोपऱ्यात कल्याणमंडप (विवाहमंडप) आहे. इथून पुढे तीन स्तरांच्या गोपुरातून दुसऱ्या प्रांगणात प्रवेश होतो. हे गोपुर सम्राट कृष्णदेवरायाने बांधले आहे. मंदिराच्या समोर ध्वजस्तंभ, दीपस्तंभ व नंदीमंडप आहे. नंदीमंडपात तीन नंदी स्थापित आहेत. डाव्या हाताला मंदिराची लक्ष्मी नावाची हत्तीण आहे. तिच्या सोंडेत पैसे ठेवल्यावर भाविकांच्या डोक्यावर सोंड ठेवून ती आशीर्वाद देते. या प्रांगणाच्या चारही बाजूला खांब असलेल्या ओवऱ्या व खोल्या आहेत. खांबांवर तळाशी व्याल व इतर प्राणी तसेच प्रसंग कोरलेले आहेत. या खांबांच्या वर छतावर अनेक देवकोष्ठे आहेत. त्यात विविध देव-देवता गिलाव्यात कोरल्या आहेत. याच प्रांगणात एक भलेथोरले दगडी भांडे ठेवले आहे. इथेच कक्षासने व जमिनीखाली असलेल्या गाभाऱ्यात जाण्यासाठी पायऱ्या आहेत.

मुख्य मंदिरात गाभारा, तीन अर्धमंडप व राजा कृष्णदेवरायाने इ. स. १५१०मध्ये बांधलेला रंगमंडप असे भाग आहेत. प्रवेशद्वारापाशी

दोन भव्य व्यालप्रतिमा असून खांबांवर पण व्याल कोरलेले आहेत. मंडपात विविध कथांवर आधारित शिल्पपट कोरले आहेत. मंडपाला ३८ खांब आहेत. छतावर त्रिपुरांतक, शिव–पार्वती विवाह सोहळा, विद्यारण्य स्वामींची मिरवणूक इ. प्रसंग कोरले आहेत. गाभाऱ्याच्या बाहेरच्या भिंतीत स्तंभ व कुंभ आहेत. गाभाऱ्याची द्वारे व छतही कोरीव आहे. गाभाऱ्यात विरुपाक्ष शिवलिंग स्वरूपात स्थापित आहेत. मंदिरात सांधार प्रदक्षिणा मार्ग व कृष्णदेवरायाचे मंदिराप्रति योगदान असलेला शिलालेख आहे. उत्तरेला पंपादेवीचे मंदिर आहे. तसेच 'पाताळेश्वर' नाव असलेले एक जमिनीखालील मंदिर आहे. देवी भुवनेश्वरीचेही मंदिर आहे.

मंदिरात विजयनगरवर राज्य केलेल्या राजघराण्यांचा एक मोठा तक्ता भिंतीवर तयार केला आहे. मधोमध विजयनगर साम्राज्याचे राजचिन्ह काढले आहे. त्यात जंगली डुक्कर, चंद्र, सूर्य व खंजीर चित्रित आहे. आजही हंपीमध्ये भरपूर जंगली डुकरे आहेत.

मंदिराला उत्तरेकडे 'कनकगिरी' नावाचे अजून एक गोपुर आहे. हे पाच स्तरांचे आहे. इथून गेल्यावर काही छोटी मंदिरे आहेत व पुढे तुंगभद्रा नदी आहे. मंदिरात एक अरुंद पाट (चर) बनवला आहे. त्यातून तुंगभद्रा नदीचे पाणी स्वयंपाकघर व नंतर बाहेरचे प्रांगण असे वाहते आहे.

मंदिराच्या मागे असलेल्या गोपुराच्या अलीकडे 'शालू मंडप' नावाची छोटी खोली आहे. तिच्या भिंतीवर मंदिराच्या दर्शनी गोपुराची उलटी प्रतिमा पाहायला मिळते. भिंतीला असलेल्या छिद्रातून सूर्यकिरणे गोपुरावरून येऊन भिंतीवर पडतात व गोपुराची उलटी प्रतिमा दिसते. याला 'पिनहोल कॅमेरा' तंत्र असे म्हणतात. दुपारी पिवळी–सोनेरी प्रतिमा दिसते व संध्याकाळी काळी छाया दिसते. द्रविड शैलीतल्या गाभाऱ्याच्या शिखरांची प्रतिमाही मंडपाच्या फरशीवर अशीच उलटी पाहायला मिळते. मंदिराच्या उजव्या हाताच्या प्रवेशद्वारातून गेल्यावर बाहेरच्या बाजूला मंदिराचे पवित्र कुंड 'मन्मथ कुंड' आहे.

विरूपाक्ष मंदिर हे हंपीमधले एक प्रमुख मंदिर आहे. सातव्या शतकापासून या मंदिरातील पूजा एकही दिवस खंड न पडता चालू आहे. सांस्कृतिक मंत्रालयाकडून 'आदर्श स्मारक' अंतर्गत हंपीची निवड झालेली आहे. जिथे पर्यटक बहुसंख्येने भेट देतात, अशा ठिकाणांची निवड यात केली जाते. आंतरराष्ट्रीय पर्यटनाच्या दृष्टीने चालना मिळावी म्हणून या ठिकाणांकडे खास लक्ष पुरविले जाते. हंपी हे जागतिक वारसा स्थळाच्या यादीत समाविष्ट आहे.

पांडेश्वर

पांडेश्वर

स्थान : महाराष्ट्राच्या पुणे जिल्ह्यातील पुरंदर तालुक्यातील जेजुरी–मोरगाव रस्त्यावरील कऱ्हा नदीच्या तीरावरील पांडेश्वर गावात.

दैवत / देवता : भगवान शंकर

▪ **ऐतिहासिक पार्श्वभूमी :** हे मध्ययुगीन मंदिर असून दहाव्या ते बाराव्या शतकादरम्यान बांधले असावे. नंतर अठराव्या शतकात मंदिराची पुनर्बांधणी करण्यात आली. या मंदिराचे अस्तित्व पटकन लक्षात येत नाही. पांडवांवरून या मंदिराचे नाव पांडेश्वर ठेवण्यात आले आहे. स्थानिक लोकांची अशी मान्यता आहे की पांडवांनी हे मंदिर एका रात्रीत बांधले.

▪ **स्थापत्य :** हे मंदिर हेमाडपंथी–यादव प्रकारातील आहे. मंदिराचा दर्शनी भाग काळ्या दगडात बांधला आहे. मूळ मंदिराला पुढे कधीतरी हा भाग जोडण्यात आला असावा. प्रवेशद्वारावर दोन्हीकडे जय–विजय

नावाचे दोन द्वारपाल पटकन लक्ष वेधून घेतात. अतिशय कुशलतेने ते दगडात कोरलेले आहेत. त्यांच्या अंगावर दागिने कोरण्यात आले असून डोक्यावर दगडी छत्र्या आहेत. दर्शनी भिंतीवर जाळीच्या खिडक्या असून अर्धस्तंभ कोरले आहेत. भिंतीवर देवकोष्ठे असून त्यात सरस्वती, लक्ष्मी व पार्वतीच्या मूर्ती आहेत. गाभाऱ्यातील शिखर देवळी–नगारा पद्धतीचे असून त्याला गिलावा केला आहे. त्यावर अनेक देवळ्या असून त्यात देवतांच्या प्रतिमा आहेत. सर्व शिखर गडद रंगात रंगवले आहे. सभामंडपात अनेक देवकोष्ठे असून ती सर्व रिकामी आहेत. कधीकाळी त्यात मूर्ती असाव्यात.

पहिल्या दगडी मंडपानंतर अर्धवर्तुळाकार बोगद्यासारख्या मार्गातून आपण देवळाच्या अंतरंगात प्रवेश करतो. छतावर कधीकाळी केलेले सुंदर रंगातील नक्षीकाम आहे. रुंद भिंतीमध्ये आतल्या बाजूला एक झरोका आहे. जिथून प्रकाश व हवा आत येते. आत येताच समोरच्या गाभाऱ्यातील भव्य शिवलिंग नजर खिळवून ठेवते. दुर्दैवाने ते एका बाजूने थोडेसे भग्न झाले आहे.

मंदिराच्या समोरच कमानीची दारे असलेला नंदीमंडप आहे. त्याच्या शेजारीच मंदिराच्या एका बाजूला अर्धवर्तुळाकृती ओवऱ्या आहेत. त्यांची छते नक्षीदार आहेत. त्यांचे उठावदार रंग आता फिके पडत चालले आहेत व गिलाव्यातील नक्षीही भग्नावस्थेत आहे. आत असणारा अरुंद जिना छताकडे घेऊन जातो. छतावरून संपूर्ण मंदिर व दूरवरचा परिसर दृष्टोत्पत्तीस येतो. कमानदार ओवऱ्यांच्या भिंतींना गिलावा असून बाहेरच्या बाजूस गिलाव्यावर पुराणातील कोरीव चित्रे आहेत. नंदीमंडपाच्या मागे उंच गोलाकार स्तंभ असून त्याच्या आत वरपर्यंत जाण्यासाठी अवघड जिना आहे.

मंदिर परिसरात इतरही अनेक मंदिरे आहेत. गणेशमंदिराबरोबरच कुंतीमाता व पांडवांना अर्पण केलेली मंदिरे आहेत. अर्जुनाचे मंदिर जवळच्याच नागेश्वर मंदिर परिसरात आहे. मंदिराच्या आवारात तुळशीवृंदावन व पिंपळाचे जुने झाड आहे; ज्याला सुबक पार बांधला आहे. मंदिर परिसर सुशोभित व नयनरम्य आहे.

अमृतेश्वर

अमृतेश्वर

स्थान : महाराष्ट्रातील अहमदनगर जिल्ह्यात भंडारदऱ्यापासून १७ कि. मी. अंतरावर असलेल्या अकोले येथील रतनवाडी गावात.

दैवत / देवता : भगवान शंकर

▪ **ऐतिहासिक पार्श्वभूमी :** आठव्या शतकात शिलाहार राजांनी मंदिर बांधले. झांजराजाने गोदावरी ते भीमा नद्यांच्या उगमस्थानी बांधलेल्या बारा शिवमंदिरांपैकी हे एक. मंदिर काळ्या दगडात हेमाडपंथी पद्धतीने बांधले आहे. प्रवरा नदीच्या काठी वसलेले हे मंदिर समुद्रमंथनाच्या वेळी निघालेल्या चौदा रत्नांतून तयार झाल्याची दंतकथा आहे.

▪ **स्थापत्य :** छोटा मुखमंडप, अंतराळ व बारा खांबी सभामंडप असे मंदिराचे भाग आहेत. मंदिराचा गाभारा खालच्या पातळीला असून त्याला पूर्व व पश्चिम दोन्हींकडून पायऱ्या आहेत. स्तंभ व घुमटाकार छत दोन्हींवर

सुंदर कोरीव काम आहे. स्तंभांच्या तळाशी मूर्ती कोरल्या आहेत. छतावर विविध वाद्ये वाजवणाऱ्या चार मूर्ती हस्तावर उभ्या आहेत. पश्चिमेकडे नंदी स्थापित आहे. बाह्य भिंतीवर देवकोष्ठात मूर्ती आहेत. शिखर भूमिज पद्धतीचे आहे. सभामंडपाला जाळीदार खिडक्या आहेत.

मंदिराचे आवार भव्य आहे. मंदिरापासून थोड्या अंतरावर असलेले २० फुटी कुंड लक्ष वेधून घेते. त्याचे नाव 'विष्णुतीर्थ' आहे. त्यात असलेल्या नक्षीदार कोनाड्यात विष्णूमूर्ती आहेत. पाणी नितळ व स्वच्छ आहे. आवारातच हनुमानाचे मंदिर आहे. गाभाऱ्यातल्या शिवलिंगाखाली पाण्याचा झरा आहे. पावसाळ्यात शिवलिंग पूर्ण पाण्याखाली गेल्यास नदीचे पाणी वाढले असे समजतात.

महिषासुरमर्दिनी देवी दुर्गा

नंदीला टेकून विश्राम करताना अष्टभुज शिवशंकर

ऐहोळे

हरिहर

भगवान विष्णू बाल गरूडासह

शेषशायी विष्णू (रंगनाथ) देवी लक्ष्मीसह

श्री चेन्नकेशव मंदिर (बेलूर)

विविध आयुधे धारण केलेला सोळा हातांचा राजा दक्ष

लावण्यवती मदनिकेची दासी

हातावर बसलेल्या पोपटाशी संवाद साधणारी शुकभाषिणी

श्री चेन्नकेशव मंदिर (बेलूर)

उत्कृष्ट कोरीव कामाचा नमुना - नरसिंह स्तंभ

श्री चेन्नकेशव मंदिर (बेलूर)

असुरवधानंतर शिवाचा नृत्याविष्कार - नृत्यभैरव

भगवान सूर्य

भगवान विष्णू व देवी लक्ष्मी, पायाशी गरूड

शिवपार्वती त्रिभंग अवस्थेत

योगनरसिंह लक्ष्मीसह, लक्ष्मीची मूर्ती आता भग्नावस्थेत

हंपी

हंपीमधील तत्कालीन बाजारपेठ

शेषशायी विष्णू देवी लक्ष्मीसह

होयसाळेश्वर

सात झाडांच्या आडून वालीवर शरसंधान करणाऱ्या श्रीरामांचा रामायणातील प्रसंग

भूमातेला खांद्यावर घेतलेला वराहावतार

मिथिक पक्ष्यावर आरुढ शिवपार्वतीनंदन कार्तिकेय

होयसाळेश्वर

गोवर्धन पर्वत उचलणारा श्रीकृष्ण

हत्तीवर आरुढ इंद्र व शची

गरूड व सर्प यांमधील पारंपरिक युद्धप्रसंग

नृत्यसरस्वती

होयसाळेश्वर

नटराज

वीरभद्र, बासरीवादक व ढोलवादक

नक्षीकाम केलेला हंसराज आणि कीर्तिमुखाखालील कमानीत कोरलेल्या विविध दैवतांच्या प्रतिमा

होयसाळेश्वर

मंदिराच्या छतावरील अप्रतिम कोरीव कामाचा नमुना

छतावरील उमललेल्या केळफुलाचे अप्रतिम कोरीव काम

छतावरील कमळाचे कोरीव काम

होयसाळेश्वर

कोटासारखे वस्त्र ल्यायलेली व्यक्ती

लंकाधीश रावण कैलास पर्वत उचलताना

कमळावर ध्यानस्थ स्थितीत बसलेले भगवान विष्णू - योगनारायण

विश्वाची निर्मिती करणारे ब्रह्मदेव

चेन्नकेशव (सोमनाथपूर)

नृत्यलक्ष्मी

कूर्मावतार

मंदिराच्या बाह्य भिंतीवरील सैन्य आणि हत्तींची रांग

चेन्नकेशव (सोमनाथपूर)

शिंकाळ्यावरील लोणी खाताना गोपाळकृष्ण

क्रोधित शिवशंकराकडून राक्षसाचा वध
- अंधकारसुरवध

लकुलीश

पट्टदकल

पंचतंत्रातील शेपटी अडकलेल्या माकडाची कथा

अल्पवस्त्रांतील (बिकिनीसदृश) तरुणी जलक्रीडा करताना

पट्टदकल

भगवान विष्णूंचा त्रिविक्रमावतार

पोपटाला खाऊ घालणारी मदनिका

कोणार्क

प्रचंडकाय हत्तीने सोंडेत धरलेला माणूस

माणसाला सोंडेत धरलेल्या हत्तीवर सिंह झेप घेतो आहे...

त्रैलोक्यमंडपावरील गायक, वादक व इतर कोरीव काम

वनवासी मधुकेश्वर

मधुकेश्वर मंदिरातील नृत्यमंडप

अप्रतिम स्वर्गमंडप

कोपेश्वर

कोपेश्वर मंदिराची वैशिष्ट्यपूर्ण रचना

केदारेश्वर

केदारेश्वर

स्थान : कर्नाटकमधील शिमोगा जिल्ह्यात शिकारीपुऱ्यापासून २१ कि. मी. अंतरावर बळ्ळिगावी येथे.

दैवत/देवता : भगवान शंकर

▪ **ऐतिहासिक पार्श्वभूमी :** कल्याणी चालुक्याच्या काळात म्हणजेच अकराव्या–बाराव्या शतकात बळ्ळिगावी हे एक प्रमुख व समृद्ध शिक्षणकेंद्र होते, जेथे पाच प्रमुख धार्मिक शिक्षणकेंद्रे होती. हे मंदिर अकराव्या शतकातील असून ११३१ मध्ये होयसळांनी त्यांच्या कारकिर्दीत मंदिराच्या संपन्नतेत भर टाकली, असा शिलालेख आहे. या शिलालेखात बळ्ळिगावीचा उल्लेख 'अनादि राजधानी' असा केला आहे. आलमप्रभु तसेच विष्णुवर्धनची राणी शांतलादेवीचे हे जन्मस्थान आहे. होयसळ काळातील प्रसिद्ध शिल्पकार व रचनाकार मालोजा, दासोजा, नादोजा इ. चे मूळ गाव बळ्ळिगावी होते. पूर्वी हे मंदिर कालमुखी पंथीयांचे मुख्य केंद्र होते. हे मंदिर कल्याणी

चालुक्य, कालचुरी, सेऊना यादव व होयसळ इ. राजवंशांच्या आधिपत्याखाली होते.

- **स्थापत्य :** हे मंदिर सोपस्टोनने बनवले आहे. पश्चिमी चालुक्य व होयसळ शैलीच्या मिलाफाचे हे उत्तम व सर्वांत जुने उदाहरण आहे. हे मंदिर त्रिकूट शैलीतील असून प्रत्येकावर वेसारा पद्धतीचे शिखर आहे. मंदिर पूर्वाभिमुख असून तीन बाजूंनी दरवाजे आहेत. बाजूच्या भिंतींवर प्रवेशद्वारे असणे हे पश्चिमी चालुक्यांचे वैशिष्ट्य आहे. पश्चिम गर्भगृहाला सुकनासी आहे. उत्तर व दक्षिण गर्भगृहाला अर्धमंडप आहे. तीन गर्भगृहे सहा स्तंभ असलेल्या मंडपाने जोडली आहेत. मंदिरात मोठा नंदी आहे. सुखनासीवर होयसाळा लांछन आहे. विमानावर आकर्षक नक्षीकाम अजून असून वराह, उमा, नरसिंह, भैरव इ. शिल्पे आहेत. दक्षिणेकडच्या गर्भगृहात शिवलिंग असून त्याचे नाव 'ब्रह्मा' आहे. पश्चिमेकडच्या गर्भगृहात काळ्या संगमरवराचे शिवलिंग (कृष्णशीला) आहे. उत्तरेकडच्या गर्भगृहात जनार्दनाची प्रतिमा आहे. पश्चिमेकडच्या गर्भगृहाला अंतराळ आहे, तर इतर दोन गर्भगृहांना जोडून अर्धमंडप आहे. सर्व गाभाऱ्यांची दारे सहा खांब असलेल्या मंडपात उघडतात. महामंडपाला बाहेरून अनेक कोन तयार झाले आहेत. बाह्य भिंतीच्या प्रत्येक भागावर सुबक कोरीव काम आहे. मंडपाला पूर्व, उत्तर व दक्षिण दिशांना प्रवेशद्वारे आहेत. मंदिरात भव्य व गुळगुळीत पॉलिश केलेला नंदी आहे. मंदिराचे छत सपाट व आतून कमलपुष्पांचे कोरीव काम केलेले आहे. मंदिराचा सभामंडप मुख्य आकर्षण असून त्याच्या खांबांना १६ बाजू आहेत व काही पर्णनक्षीने सजवले आहेत. आतल्या बाजूचे खांब लेथ टर्न्ड असून त्यांचा आकार घंटेसारखा आहे.

मंदिराचे शिखर तीन मजली वेसारा पद्धतीचे आहे. शिखरावर २ × २ मीटरचा आमलक आहे. मंदिरात कक्षासने आहेत. मंदिर परिसरात प्रवेश करतानाच आपण एका दगडी मंडपीतून प्रवेश करतो. बाहेरून मंदिराचा भूविन्यास पंचरथासारखा आहे. मंदिराच्या आवारात अनेक सुट्टी शिल्पे व वीरगळ आहेत. हिरवळ व बाग आहे. आवारातच पुरातत्त्व विभागाचे संग्रहालय आहे. त्यात अनंत पद्मनाथ, रंगनाथ, जालंधर, देवी भगवती व चतुर्मुख ब्रह्मा यांची शिल्पे आहेत.

मंदिराच्या ईशान्य भागात केदारेश्वर मंदिराशी साधर्म्य असणारे अजून एक मंदिर अस्तित्वात आहे. या मंदिराचे नाव 'प्रभुदेवा' असून तेही त्रिकूट शैलीचे आहे. ज्ञानप्राप्ती होण्यापूर्वी आल्मप्रभूंचे नाव 'प्रभुदेवा' होते.

भुलेश्वर

भुलेश्वर

स्थान : महाराष्ट्रातील पुणे जिल्ह्यामधील माळशिरस येथील यवत गावाजवळच्या टेकडीवर.

दैवत/ देवता : भगवान शंकर

- **पौराणिक पार्श्वभूमी :** हे असे पौराणिक ठिकाण आहे की, जिथे शंकर तपस्येला बसले असताना पार्वती भिल्ल स्त्रीच्या वेषात तिथे आली व नृत्य करू लागली. त्यामुळे शंकरांची तपश्चर्या भंग झाली. ते पार्वतीवर मोहित झाले व त्यांनी कैलासाला प्रस्थान ठेवले. तिथे ते विवाहबद्ध झाले. शंकर आपली तपश्चर्या विसरले, म्हणून त्यांना 'भुलेश्वर' हे नाव प्राप्त झाले, अशी दंतकथा आहे. हिंदू कथांनुसार पंचपांडवांनी हे मंदिर बांधले.

- **ऐतिहासिक पार्श्वभूमी :** सध्याचे मंदिर बांधण्यापूर्वीचे मूळ मंदिर पांडवांनी बांधले असावे. सध्याचे मंदिर यादव राजा कृष्णदेवराय याने बाराव्या शतकात बांधले. मूळ मंदिराची पुनर्बांधणी किंवा विस्तारीकरण

त्याच्या काळात झाले असावे. मुघलांच्या काळात या मंदिराची तोडफोड झाली. शिवाजी महाराजांना जावळीच्या खोऱ्यातून बाहेर काढण्यासाठी अफझलखानाने हे मंदिर ध्वस्त करण्याचा प्रयत्न केला, असे म्हणतात. याच कारणासाठी मंदिराचे प्रवेशद्वार लपलेले आहे. शिवाजी महाराजांच्या काळात 'गायमुख बुरूज' नावाने एक नवीन पद्धत अवलंबण्यात आली. सिंधुदुर्ग किल्ल्याचे प्रवेशद्वारही याच पद्धतीचे आहे. मंदिराची रचनाही वैशिष्ट्यपूर्ण आहे. ते बाहेरून इस्लामी पद्धतीचे वाटते, वरवर पाहता मंदिर न वाटता ती एक मशीद वाटते. इस्लामी लुटारूंकडून निर्दयपणे उद्ध्वस्त होण्यापासून वाचवण्याकरिता त्याचे बाह्यरूप असे केले होते. १६२९ मध्ये आदिलशाही हिंदू जनरल मुरार जगदेवने, पुण्यावर नजर ठेवण्यासाठी हा किल्ला बांधला. त्याआधी त्याने पुणे लुटले होते. आता त्या किल्ल्याचे बुरूजरूपी अवशेष फक्त शिल्लक आहेत.

- **स्थापत्य :** मंदिर काळ्या बसाल्टमध्ये बांधले आहे, जो आजूबाजूच्या तपकिरी बसाल्ट दगडापेक्षा वेगळा आहे. त्यामध्ये कॅल्शियमचे प्रमाण अधिक आहे. मूळ दगडी शिखर तोडल्यानंतर पेशव्यांच्या कालावधीत अठराव्या शतकात नवीन शिखर विटा, चुना व जिप्सम यामध्ये बांधण्यात आले.

संपूर्ण मंदिर एका उंच चौथऱ्यावर बांधले आहे. हा चौथरा ३–४ मीटर उंच आहे. पायऱ्यांच्या दोन्ही बाजूच्या भिंतींवरसुद्धा अप्रतिम कोरीव काम आहे. मंदिराच्या प्रवेशद्वारावर ब्रह्मा, विष्णू व महेश कोरलेले आहेत. यातील शिवाच्या प्रतिमेवर दरवर्षी २८ मार्च रोजी उगवत्या सूर्याची किरणे पडतात. नंदीमंडप, सभामंडप, अंतराळ व गाभारा असे मंदिराचे भाग आहेत. नंदीमंडपातला नंदी १.५ ते २ मीटर इतका उंच आहे. भव्य नंदी कोरीव कामाने नटलेला असून नंदीमंडपही तितकाच देखणा आहे. सभामंडपात कासव जमिनीवर कोरलेले नसून अनोख्या पद्धतीने आयताकृती उंच चौथऱ्यावर कोरले आहे. सभामंडप व गाभारा दोन्ही दरवाजे कोरीव कामाने सुशोभित आहेत. भिंतीवर वादक, अप्सरा यांची शिल्पे आहेत. दुर्दैवाने ती भग्न अवस्थेत आहेत, पण तरीही त्यांचे मूळ सौंदर्य उमजून येते. भिंतीवर रामायण, महाभारत, विष्णुपुराण यातील प्रसंग कोरले आहेत. मंदिराच्या स्तंभांवर विविध भौमितिक आकृत्या कोरल्या आहेत. स्तंभशीर्षांवर उलट्या नागाचे फणेही कोरले आहेत. बाराव्या शतकातील यादवकाळात अशा प्रकारचे कोरीव काम प्रचलित होते. मंदिराच्या अंतर्भागात दक्षिणी स्थापत्याचा प्रभावही दिसून येतो. विविध शिल्पपट व कोरीव काम यांच्यामध्ये असलेल्या सपाट भिंती व मंदिराची वेगळी रचना यामुळे छाया–प्रकाशाचा एक अद्भुत खेळ मंदिरात पाहता येतो व त्यामुळे एक गूढ वातावरणही अनुभवायला मिळते.

गिलाव्यातील शेषशायी विष्णू

प्रदक्षिणा मार्गावर दोन स्तंभांमधल्या वरच्या आडव्या भागावर गणेश, शिव, ब्रह्मा, कार्तिकेय, विष्णू, इंद्र हे स्त्रीरूपात कोरलेले पाहायला मिळतात. त्यांची नावे अनुक्रमे गणेशानी, माहेश्वरी, ब्रह्मी, कुमारी, वैष्णवी व इंद्राणी अशी आहेत.

गाभाऱ्याच्या द्वारावर पृथ्वी, आप, तेज, वायू व आकाश ही पंचतत्त्वे कोरली आहेत. गाभाऱ्यात एकूण ५ शिवलिंगे आहेत. वरचे मोठे शिवलिंग पूजण्यात येते. त्याखाली खळग्यात लपलेली शिवलिंगे उजेडात दिसू शकतात. गाभाऱ्याच्या छतावर सहस्रार चक्र कोरले आहे. योगाच्या साहाय्याने मानवी आत्म्याच्या परमात्म्याशी होणाऱ्या मीलनाचे प्रतीक म्हणजे सहस्रार चक्र.

मंदिराचे शिखर नागर शैलीचे असून गिलाव्यात नक्षीकाम व पशु-पक्षी, सरपटणारे प्राणी कोरले आहेत. मुख्य घुमटावर अनेक रेषा कोरल्या आहेत व तो लहान लहान इतर घुमट व मिनार यांनी वेढलेला आहे. मिनारावरही नक्षीकाम व देवदेवता कोरल्या आहेत. छताच्या कठड्यावर कोरलेल्या मानवी आकृत्या निरीक्षणाचा व अभ्यासाचा विषय आहेत.

मंदिराच्या आवारात अनेक छोटी देवळे आहेत. टेकडीवर किल्ल्याचे अवशेष व एक मशीद आहे. मंदिराच्या समोरच्या बाजूस पायथ्यापासून वर यायला दगडी रुंद पायऱ्या आहेत. आवारात पाण्याचे कुंडही आहे. पिंपळाची झाडे आहेत. वरून आजूबाजूचा सर्व परिसर दृष्टोत्पत्तीस येतो. तसेच उंचावर असल्यामुळे लांबून मंदिराची तटबंदी, मंदिराची बाह्यभिंत व भिन्न पातळीवरची आकाशात झेपावणारी शिखरे असे मनमोहक व कॅमेऱ्यात बंदिस्त करण्यास भाग पाडणारे दृश्य दिसते.

चौसष्ट योगिनी

चौसष्ट योगिनी

स्थान : ओडिशामधील भुवनेश्वरपासून २० कि. मी. वर असलेल्या हिरापूर गावात.

दैवत/देवता : काळभैरव व योगिनी

▪ **पौराणिक पार्श्वभूमी :** नवव्या शतकात ब्रह्मवंशातील राजा शांतिकार दुसरा याची पत्नी राणी हिरादेवीने हे मंदिर बांधले. राणीच्या नावावरूनच गावाला 'हिरापूर' हे नाव पडले. मंदिराच्या पुजाऱ्याकडून कळलेली कथा अशी होती – देवी दुर्गेने राक्षसाचा पराभव करण्यासाठी ६४ उपदेवतांचे रूप घेतले. युद्धानंतर ६४ योगिनींनी दुर्गादेवीकडे अशी मागणी केली की, त्यांच्या सन्मानार्थ एक मंदिर बांधण्यात यावे. त्यातून या मंदिराची निर्मिती झाली. संपूर्ण भारतात योगिनींची चारच मंदिरे आहेत. दोन ओडिशात व दोन मध्य प्रदेशमध्ये!

▪ **स्थापत्य :** मंदिर सँडस्टोनने (वालुकामय दगडात) बांधले आहे. मंदिराचा पाया व मंदिर तांत्रिक प्रकारातील आहे, त्याला छत नाही. कारण या प्रकारात पृथ्वी, आप, तेज, वायू व आकाश या पाच नैसर्गिक

तत्त्वांची पूजा केली जाते. एक गोलाकार भिंत व आत मोकळी जागा असे या मंदिराचे स्वरूप आहे. गोलाकार भिंतीचा परीघ २७.४ मी. असून भिंतीची उंची २.४ मी. आहे. मंदिराला एकच प्रवेशद्वार आहे. बाह्य भिंतीवर देवकोष्ठे असून त्यात नव-कात्यायनींच्या प्रतिमा कोरल्या आहेत. कात्यायनी म्हणजे स्कंदाची आई होय. प्रवेशद्वाराच्या पुढे आलेल्या भिंतीवर काळ व महाकाळ कोरले आहेत. मंदिराच्या गोलाकार भिंतीच्या आतल्या भागात अनेक कोनाडे असून त्यात योगिनी कोरल्या आहेत, सर्व काळ्या क्लोराईटमधील आहेत. अशा ५६ मूर्ती आहेत. मध्यभागी सर्वांत मोठी मूर्ती कालीमातेची आहे. ती मानवी शिराच्या वर उभी आहे. त्यातून हृदयाचा मनावरील विजय सूचित होतो. मंदिरात मध्यावर चौकोनी चंडी मंडप आहे. काही इतिहासतज्ज्ञांच्या मते या मंडपात महाभैरवाची पूजा होत होती.

जोगिनी किंवा योगिनींच्या मूर्ती या बहुतेक स्त्रीस्वरूपातच असतात. स्त्रीशक्तीचे प्रतीक म्हणून त्या प्राणी, राक्षस वा मनुष्य शिरावर उभ्या असतात. त्या मूर्तीतून राग, लोभ, करुणा, आनंद, माया, काम इ. सर्व भाव प्रकट होतात. प्रत्येक मूर्तीची केशरचना वेगळी आहे. तसेच प्रत्येक योगिनीचे वेगळे अशी ६४ रूपे आहेत.

चंडी मंडपात चार शैव प्रतिमा आहेत. दक्षिणेच्या दिशेला १० हातांचे दोन स्वच्छंद भैरव आहेत. पूर्व दिशेला चार हातांचा अजैकपाद भैरव व १० हातांचा स्वच्छंद भैरव आहे. एकूण मिळून चार मूर्ती आहेत. चारही प्रतिमा ऊर्ध्वलिंग अवस्थेत आहेत. पश्चिम व उत्तर दिशेला उर्वरित योगिनींच्या प्रतिमा आहेत. १ योगिनीप्रतिमा अस्तित्वात नाही.

काही योगिनी प्रतिमा कामुक, काही दागिने घातलेल्या, काही भयानक अवतारातील तर काही वेगवेगळ्या प्राण्यांवर अशा उभ्या आहेत. आजही या मंदिरात उभे राहिले तर छत नसलेल्या भागातून सूर्यप्रकाश प्रखरतेने आत येत आहे आणि भोवतीने विविध योगिनी उभ्या आहेत अशा वातावरणात गूढ व विचित्र भावनेचा अनुभव येतो. नवव्या ते तेराव्या शतकाच्या काळामधील अलौकिक शक्ती प्राप्त करण्यासाठी योगिनींची पूजा करणाऱ्या लोकांचा पंथ अस्तित्वात होता. योगिनी भक्तांना विविध शक्ती प्रदान करीत असत, अशी मान्यता होती. त्यात सूक्ष्म किंवा अवाढव्य रूप धारण करणे, स्वतःच्या किंवा दुसऱ्याच्या शरीर-मनावर नियंत्रण ठेवणे इ. गोष्टींचा समावेश होता.

मंदिराच्या बाहेर एक बहुपयोगी मंच (दगडी) उभा आहे. मंदिर परिसरात प्रवेशद्वारापाशीच 'गोपीनाथ' (विष्णूअवतार) चे देऊळ आहे. संकरेश्वर नावाचे शिवाचेही एक देऊळ आहे. मुख्य मंदिरातील अजून एक विशेष म्हणजे स्त्रीरूपातील गणेश (गणेशानी) व नरसिंहाची प्रतिमा! ६४ योगिनींचे देऊळ विस्मृतीत गेले होते. १९५३ मध्ये केदारनाथ महापात्रा, ओडिशा राज्य संग्रहालयाचे अधिकारी यांनी ते परत प्रकाशात आणले.

दैत्यसूदन

दैत्यसूदन

स्थान : महाराष्ट्रातील बुलढाणा जिल्ह्यातील लोणार गावात.

दैवत/ देवता : भगवान विष्णू

■ **ऐतिहासिक पार्श्वभूमी :** चालुक्य वंशातील राजा विजयादित्य (विक्रमादित्य-सहावा) याने दहाव्या शतकात हे मंदिर बांधले. त्रिभुवनकीर्ती हा मंदिराचा स्थपती होता. निजामाच्या राजवटीत धर्मांध रझाकारांच्या विध्वंसापासून वाचवण्यासाठी गावकऱ्यांनी एका प्रचंड मातीच्या टेकडीखाली मंदिर झाकून ठेवले होते. म्हणून तेथील शिल्पे सद्यःस्थितीत शिल्लक राहिली आहेत. परंतु यात दगडी शिखर कोसळले. रझाकारांनंतर मंदिराची डागडुजी झाली. मंदिराची बाह्य भिंती आत्यंतिक कलाकुसर व देवदेवतांच्या कोरीव मूर्ती व मिथुन शिल्पांनी नटलेल्या आहेत. दैत्यसूदन मंदिर 'महाराष्ट्राचे खजुराहो' म्हणून ओळखले जाते. मुळात हे मंदिर सूर्यभगवानांचे

असावे, पण आता ते वैष्णव असून विष्णूंच्या दैत्यसूदन अवताराचे आहे. लोणार गावात हाहाकार माजवणाऱ्या राक्षसाचे विष्णूंनी दैत्यसुदन अवतारात पारिपत्य केले. म्हणून मंदिराचे नाव 'दैत्यसूदन' असे आहे.

■ **स्थापत्य :** हे मंदिर हेमाडपंथी असून असमान चांदणीच्या आकारात बांधले आहे. मंदिराचे जोते १.५ मीटर उंचीचे आहे. मंदिराच्या फक्त प्रवेशद्वारासमोरच पायऱ्या असलेला चौथरा आहे. मंदिराच्या सभोवतालहून असा धक्का अथवा स्तबक नाही, की ज्यावरून आपण पूर्ण मंदिराला प्रदक्षिणा घालू शकतो अथवा उंचावरून बाहेरच्या भिंतींचे निरीक्षण करू शकतो. हे मंदिर १०५ फूट × ८.५ फूट या मापात असून पूर्वाभिमुख आहे. मंदिराचे समोरील खुला चौथरा, सभामंडप, अंतराळ व गर्भगृह असे भाग आहेत. पुढील दरवाजावरील व सभामंडपातील विटांचे बांधकाम मंदिराचा ध्वस्त भाग सावरण्यासाठी मागाहून कधीतरी केलेले असावे. हा भाग सोडला तर संपूर्ण मंदिर दगडी बांधकामात आहे. अंतराळाचे छत कोरीव काम केलेले असून त्यावर कृष्ण–कंस, कृष्ण रासक्रीडा, लवणासुर वध इ. पौराणिक गोष्टी कोरल्या आहेत. बाह्य भिंतीवर असलेल्या कोनाड्यात मागच्या बाजूला सूर्य, दक्षिणेकडे चामुंडादेवी, उत्तरेकडे भगवान नृसिंह यांच्या प्रतिमा आहेत. ही तीनही देवकोष्ठे कोरीव खांब व भोवतीने केलेली कलाकुसर यामुळे एखाद्या छोट्या मंदिराप्रमाणेच भासतात. मंदिराचे शिखर भग्न असून ते बहुधा पिरॅमिड आकारातील असावे.

गाभाऱ्यातील दैत्यसुदन विष्णूची मूर्ती एका वेगळ्याच पाषाणाची असून त्यात चुंबकीय गुणधर्म असलेल्या धातूचा अंश आढळून येतो. बोटाने वाजवल्यास त्यातून घंटेप्रमाणे नाद निर्माण होतो. मुख्य मंदिराच्या शेजारी ब्रह्मा–विष्णू–महेश या तीनही देवांचे एक छोटे देऊळ आहे. त्यातील प्राचीन महेशाची मूर्ती चोरीला गेल्याने तेथे सध्या गरुडाची मूर्ती आहे.

घृष्णेश्वर

घृष्णेश्वर

स्थान : महाराष्ट्रातील औरंगाबादपासून ३० कि. मी. अंतरावर व एलोरा लेण्यांपासून १ किमी अंतरावर येळगंगा नदीच्या काठावर वेरूळजवळील इलापूर गावात.

दैवत/ देवता : भगवान शंकर

■ **पौराणिक पार्श्वभूमी :** हे ठिकाण प्राचीन असून त्याचा उल्लेख स्कंदपुराण, शिवपुराण, रामायण व महाभारत यात आढळतो. या मंदिराबाबत अनेक आख्यायिका सांगितल्या जातात. कैलासपर्वतावर शिव व पार्वती बुद्धिबळ खेळत असताना पार्वतीने शंकराला हरवले. शंकर क्रोधित होऊन दक्षिणेकडे निघून गेले. सह्याद्री पर्वतावरील थंडगार हवा खेळत असलेल्या ठिकाणी ते राहिले. पार्वती त्यांना शोधत तेथे आली व एका आदिवासी कन्येच्या रूपात तिने त्यांचे मन जिंकले. दोघांनी तेथे आनंदाने एकत्र काळ व्यतीत केला. हे जंगल 'काम्यकवन' म्हणून ओळखले जाते. एकेदिवशी पार्वतीला तहान लागली, तेव्हा शंकरांनी जमिनीत त्रिशुळ खुपसून

पाताळातून भोगावती नदी निर्माण केली. यालाच नंतर 'शिवालय कुंड' म्हणून ओळखले गेले. एकदा पार्वती भांगात भरण्यासाठी डाव्या हातावर शेंदूर व केशर घेऊन उजव्या अंगठ्याने त्यात कुंडाचे पाणी मिसळत होती. तेव्हा शेंदराचे रूपांतर शिवलिंगात झाले व त्यातून तेजस्वी प्रकाश निर्माण झाला. तेव्हा शंकर पार्वतीला म्हणाले, 'हे लिंग पाताळात लपले होते.' पार्वतीने तो दिव्य प्रकाश पाषाणातील शिवलिंगात ठेवला व त्याची स्थापना केली. या पूर्ण लिंगाला 'कुंकुमेश्वर' असे म्हणतात. पार्वतीने त्याचे नाव 'घृष्णेश्वर' असे ठेवले. कारण ते घर्षणातून निर्माण झाले.

■ **ऐतिहासिक पार्श्वभूमी :**शिवाचे निस्सीम भक्त, वेरूळचे प्रांताधिकारी मालोजी भोसले, शिवाजी महाराजांचे आजोबा यांना घृष्णेश्वराच्या कृपेने एका सापाच्या वारुळात लपलेला खजिना मिळाला. त्यांनी त्या पैशांचा विनियोग मंदिराच्या दुरुस्तीकरता (१६ वे शतक) व शिंगणापूरला पाण्यासाठी तलाव बांधण्याकरिता केला. त्यांची समाधी घृष्णेश्वर मंदिराच्या बाहेरच्या बाजूला बांधली आहे. तेराव्या व चौदाव्या शतकात हिंदु-मुस्लीम लढायांमध्ये दिल्लीच्या राजवटीत मंदिर उद्ध्वस्त करण्यात आले. तोडफोड व पुनर्बांधणी अशा अनेक आवर्तनातून मंदिराचा प्रवास झाला. आत्ताचे मंदिर १८ व्या शतकात इंदौरच्या राणी अहिल्याबाई होळकरांच्या निधीतून मुघलांच्या पाडावानंतर बांधण्यात आले.

■ **स्थापत्य :** हे मंदिर लाल दगडात बांधले असून दक्षिणी शैलीचा प्रभाव त्यावर दिसतो. मंदिर २४० फूट × १८५ फूट मापाचे आहे. हे सर्वांत लहान ज्योतिर्लिंग आहे (भारतातील). मंदिराच्या बाह्य भिंतीवर विष्णूचे दशावतार कोरले आहेत. सभामंडपाला २१ स्तंभ आहेत. यावर शिवाविषयीच्या पौराणिक कथा कोरल्या आहेत. स्तंभांवर प्राचीन शिलालेख व हस्तलिपी पाहायला मिळते. गाभाऱ्याच्या दारावर फुले, पाने, पशुपक्षी व मनुष्याच्या अनेक भावमुद्रा कोरल्या आहेत. गाभारा १७^{२} फूट आहे. लिंगमूर्ती पूर्वेकडे तोंड करून आहे. सभामंडपात भव्य नंदी आहे. मंदिरात अनेक देवदेवतांचे कोरीव काम व मूर्ती आहेत. शिखर भूमिज पद्धतीचे असून पाच मजली आहे. मंदिराचे आवार प्रशस्त व तटबंदीने वेढलेले आहे. मंदिराला तीन प्रवेशद्वारे आहेत. सभामंडप उघडा असून त्याला कक्षासने आहेत.

मंदिराजवळच्या पायऱ्या असलेल्या खोल पाण्याच्या कुंडाला 'शिवालय तीर्थ' म्हणतात. त्यात ८देवकोष्ठे आहेत. ब्रह्माने प्रार्थना करून काशीतीर्थ, गयातीर्थ, गंगासंगम, विराजतीर्थ, विशालतीर्थ, त्रिंबक, द्वारावती व रेवातीर्थ या अष्टतीर्थांना आमंत्रित केले आहे, असे म्हणतात. हे १२ ज्योतिर्लिंगापैकी शेवटचे ज्योतिर्लिंग आहे.

हरिहरेश्वर

हरिहरेश्वर

स्थान : कर्नाटकमधील दावणगिरी जिल्ह्यातील हरिहर गावात तुंगभद्रा नदीच्या उजव्या तीरावर.

दैवत/देवता : हरिहर

▪ **पौराणिक पार्श्वभूमी :** हरिहर गावाला पूर्वी 'गुहारण्य' म्हणून ओळखत असत. त्यावर गुहासुराची सत्ता होती. ब्रह्मदेवाकडून राक्षसाला वर मिळाला होता की त्याचा ब्रह्मदेव, शिव, विष्णू अथवा कुठल्याही मनुष्यापासून वध होणार नाही. त्यामुळे गुहासुराला अजूनच बळ प्राप्त झाले व तो गावातील लोकांना व इंद्रलोकातील देवांना छळू लागला. जेव्हा लोकांनी देवांकडे तक्रार केली, तेव्हा तेच विष्णू व शिव यांच्याकडे मदत मागू लागले. तेव्हा शिव व विष्णू एकत्र आले व हरिहर अवतारात प्रकट झाले. त्यांनी गुहासुराचा वध केला. तेव्हापासून या गावाला हरिहर म्हणून ओळखू लागले.

■ **ऐतिहासिक पार्श्वभूमी :** होयसळ राजा नरसिंह दुसरा याचा सेनापती व मंत्री पोलाल्वा दंडरेस याने इ. स. १२२३–१२२४ मध्ये हे मंदिर बांधले. राजा नरसिंह तिसरा याचा सेनापती सोमा याने मंदिरात भर टाकली. मंदिराच्या आवारात अनेक कन्नड शिलालेख व वीरगळ आहेत. त्यातील काही ६ फूट उंच आहेत. एक तर १२ फूट उंचीचा आहे. उच्चांगीचे पंड्या राज्यकर्ते व विजयनगरचे राजे यांनी मंदिराला दिलेल्या देणग्यांचा त्यात तपशील आहे. या सुंदर दगडी मंदिराला शैव तसेच वैष्णव भक्त भेट देतात.

■ **स्थापत्य :** मंदिर सोपस्टोनने बांधले आहे. होयसळ बांधकामात प्रचलित असलेल्या पद्धतीप्रमाणे मंदिराचा आराखडा अनेक कोन असलेला चौकोनी आहे. मंदिराला कक्षासने असलेला मुखमंडप, ५८ स्तंभ असलेला सभामंडप, अंतराळ व गाभारा आहे. नवरंगाला उत्तर व दक्षिण दिशेला मुखमंडप आहे. मंदिराला एकूण ५ प्रवेशद्वारे आहेत. उत्तरेकडचा मुखमंडप दुसऱ्या दुय्यम मंदिराच्या अंतराळाशी जोडलेला आहे.
सभामंडप उघडा असून त्याच्या अर्ध्या भिंतीवर शिखरे, नर्तक, वादक, प्राणी व पक्षी यांचे कोरीव काम केलेले आहे. कक्षासनांवर अर्धे स्तंभ विसावले आहेत. स्तंभ गोलाकार, लेथ टर्न्ड व गुळगुळीत पॉलिश केलेले आहेत. छतावर कमळफुलांचे कोरीव काम आहे. गाभाऱ्याचे प्रवेशद्वार व ललाटस्तंभ दोन्हीवर कोरीव काम आहे.

मंदिराचा मुख्य देव 'हरिहर' आहे. विष्णू व शिवाचा मिलाफ म्हणजे हरिहर! ही मूर्ती १.२१ मी. उंच असून कूर्मपीठावर उभी आहे. मूर्तीच्या उजव्या हातात शिवाचा त्रिशूळ व डाव्या हातात शंख व चक्र आहे. उजव्या बाजूच्या शिवाच्या डोक्यावर चंद्र असलेला जटामुकुट तर डाव्या बाजूच्या विष्णूच्या डोक्यावर करंडमुकुट आहे.

मंदिर तसेच मंदिर परिसर दोन्ही भव्य आहेत. प्राकाराला पूर्व व दक्षिण दिशेला द्वारे आहेत. पूर्व दिशेला मोठा मुखमंडप असून त्यात खोल्या आहेत. समोरच दीपस्तंभ व दीपमाळ आहे. शिवाच्या एका मंदिरासमोर नंदी आहे. दीपस्तंभाला लागून गरुड–शिला आहे. परिसरात पार्वतीचे मंदिर आहे. मूर्तीची मान किंचित कललेली आहे. त्यामुळे मूर्ती फारच विलोभनीय दिसते. लक्ष्मी, हनुमान, गणेश, नागराज यांचीही छोटी मंदिरे आहेत. दक्षिण भिंतीला हरिहरेश्वराचे अजून एक मंदिर आहे. मंदिरात काही खास कोरीव शिल्पे आहेत; जशी वीणा वाजवणारा गणेश, तीन तोंडे असलेला मासा इत्यादी.

मंदिराचे मूळ शिखर पडले आहे व त्याची जागा आता विटांच्या शिखराने घेतली आहे. या शिखराला गिलावा असून त्यातही अनेक मूर्ती आहेत. मुस्लीम आक्रमणात मंदिराची तोडफोड झाली. महाराष्ट्रातील पेशवे व नंतर भारतीय पुरातत्त्व विभाग यांनी मंदिराची डागडुजी केली.

श्री नरसिंह सिद्धेश्वर

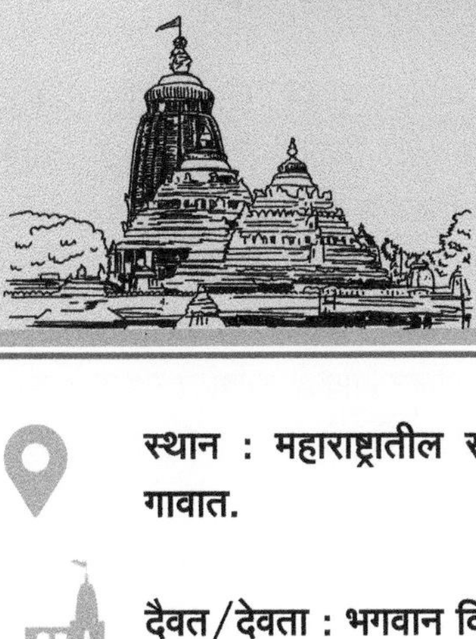

श्री नरसिंह सिध्देश्वर

स्थान : महाराष्ट्रातील सातारा जिल्ह्याच्या वाई तालुक्यातील धोम धरणाजवळील धोम गावात.

दैवत/देवता : भगवान विष्णू

▪ **ऐतिहासिक पार्श्वभूमी :** धोम गावात धौम्य ऋषींनी पांडवांना रामायण कथन केले. विष्णूच्या नरसिंह अवताराला समर्पित हे मंदिर पेशव्यांनी बांधले.

▪ **स्थापत्य :** अर्ध–मानव व अर्ध–सिंह या रूपात विष्णूंनी अवतार घेतला व हिरण्यकश्यपूचा वध करण्यासाठी ते खांबातून प्रकट झाले, ही कथा दर्शविण्यासाठी हे मंदिर एका अष्टकोनी खांबावर बनवले आहे. वर जाण्यासाठी जिना असून वरती दोन कोनाड्यात पूर्व व पश्चिम दिशेला नरसिंहाची दोन रूपे दाखवणाऱ्या मूर्ती स्थापित आहेत. एक क्रोधरूपातील उग्र–नरसिंह व दुसरी शांतरूपातील शांत नरसिंह. देवी लक्ष्मी डाव्या मांडीवर

स्थानापन्न अशी आहे. या मंदिराच्या जवळच छोट्या मंदिरात भक्त प्रल्हादाची मूर्ती आहे. याच आवारात भगवान शंकरांना समर्पित 'सिद्धेश्वर' मंदिरही आहे. ते जगतीवर उभे असून काळ्या दगडात बांधले आहे. मंदिरात प्रवेश करण्याकरिता दोन बाजूंनी पायऱ्या आहेत. पायऱ्यांच्या खाली एक छोटी चौकोनी खिडकी आहे. त्यातून आतली खोली बघता येते. मंदिरात सभामंडप व गाभारा आहे. सभामंडपात दगडी फरशीवर कासव कोरले आहे. सभामंडपाचा पुढील भाग भिंतीने बंदिस्त नाही. छतावर नक्षीकाम आहे. गाभाऱ्याच्या दरवाजावरही नक्षीकाम आहे. गाभाऱ्यातील छतावर एक भव्य फूल कोरले आहे. गाभाऱ्यातील शिवलिंगामागच्या कोनाड्यात गणेशमूर्ती आहे. मंदिराच्या बाह्यभागात गाभाऱ्याला लागून उजवीकडे एक लाकडी दालन लाकडी खांबांवर उभारले आहे. ते फारच आकर्षक आहे. मंदिराच्या बाह्य भिंतींवर कोरीव काम नाही. शिखर विटांचे व चुन्याचे असून देवळी–नागर शैलीचे आहे.

मंदिर परिसरात दगड व विटांची बनलेली उंच तटबंदी आहे. प्रवेशद्वाराच्या दोन्ही बाजूला दोन भव्य दगडी बुरूज आहेत. प्रवेशद्वारावरील कमानीची नक्षी नंदीमंडप व धोमेश्वर महादेव मंदिर दोन्हीतही दिसून येते. मंदिराच्या समोर कमळाच्या आकाराची दगडी पुष्करिणी आहे, त्यात मध्यभागी २.११ मीटर लांबीचे कासव असून त्याच्या पाठीवर अष्टकोनी नंदीमंडप आहे – त्या मंडपात नंदी विराजमान आहे. या मंडपालाही नक्षीदार कमानी आहेत. हे सर्व दगडात कोरलेले आहे. भगवान नरसिंह जयंतीच्या दिवशी वर्षातून एक दिवस ही पुष्करिणी पाण्याने भरतात. त्यावेळी हे कासव पाण्यावर तरंगत आहे, असे मनमोहक दृश्य दिसते. ही शिल्पाकृती अतिशय कल्पकतेने व कौशल्याने पाषाणात कोरली आहे. या पुष्करिणीच्या पुढेच उजव्या हाताला एक खांब आहे; त्यावर शिवाची तत्पुरुष, नामदेव, अघोर, सद्योजात अशी चार मुखे चार दिशांना व व ईशान हे एक मुख वर आकाशाकडे तोंड करून संगमरवरात कोरले आहे. हे शिवालय म्हणजे शिवपंचायतन आहे. प्रदक्षिणा मार्गावर सूर्य, गणपती, पार्वती आणि विष्णू या देवतांची छोटी रेखीव मंदिरे उभारली आहेत. पार्वतीची

मूर्ती मातृवत्सल स्वरूपातील आहेत, तिच्या एका बाजूला बाल गणेश व दुसऱ्या बाजूला बाल कार्तिकेय आहे. अशी बहुधा एकमेव मूर्ती असावी.

या मंदिरात छत्रपती शिवाजी महाराज व त्यांचे वंशजही येऊन गेले आहेत. नरसिंह पारावर समर्थ रामदासांनी स्वतः कीर्तन केले आहे. दोन नरसिंहापैकी सौम्य नरसिंहाची स्थापना खुद्द धौम्य ऋषींनी केली आहे. शिव मंदिरात जाण्यासाठी दोन बाजूंनी पायऱ्या येऊन एका चौथऱ्याला जोडल्या आहेत. या चौथऱ्याच्या खालील छोट्या खोलीतून धौम्य ऋषींच्या समाधीकडे जाण्याचा रस्ता आहे. शिवलिंगाच्या खाली त्यांची समाधी आहे. उग्र नरसिंहाची मूर्ती बहामनी काळात कर्नाटकातून आणली गेली असे म्हणतात. त्या भागातील अनेक लोकांचे ते कुलदैवत आहे. कमळ, कासव व नंदी या तिघांतून ब्रह्मा, विष्णू व महेश सूचित होतात.

मंदिराच्या समोर भरपूर पाण्याची एक विहीर आहे. खाली उतरून जाण्यासाठी पायऱ्या आहेत. खाली उतरून पाण्याजवळ जाताना एका थंडगार गूढ शांततेचा अनुभव येतो. या विहिरीवरून पुढे गेल्यावर धोम तलाव आहे. त्याला धोमकुंड असेही म्हणतात. घाटाच्या पायऱ्यांपाशी एक गोमुख आहे. त्यातून पाण्याचा प्रवाह कुंडात पडत असतो. वाटेत काही छोटी भग्न मंदिरेही आहेत.

त्रिपुरांतकेश्वर

त्रिपुरांतकेश्वर

स्थान : कर्नाटक राज्यातील शिवमोगा (शिमोगा) जिल्ह्यातील शिकारीपुरा येथील बळ्ळिगावी गावात.

दैवत/देवता : त्रिपुरांतक भगवान शंकर

▪ **ऐतिहासिक पार्श्वभूमी :** मध्ययुगीन काळातील बळ्ळिगावी हे विविध पंथांच्या अनुयायांचे शैक्षणिक केंद्र होते. चालुक्यांनी येथे सर्व पंथीयांसाठी विविध प्रार्थनास्थळे व स्मारके उभारली. बळ्ळिगावी त्या काळी 'दक्षिण केदार' म्हणून प्रसिद्ध होते. चालुक्य राजा दुसरा सोमेश्वर याने १०७० मध्ये हे मंदिर बांधले. याच त्रिपुरांतकेश्वराच्या मंदिरात होयसळ राजा विष्णुवर्धन व राणी शांतलादेवी यांची भेट झाली होती, असे म्हणतात. मंडपाच्या बैठकीवर वेगवेगळ्या प्रकारचे सारीपाट कोरलेले आढळतात.

▪ **स्थापत्य :** चालुक्य शैलीतील हे 'द्विकुट' मंदिर पूर्वाभिमुख असून दोन्ही गर्भगृहे एकमेकाला समांतर आहेत. यातील दक्षिणेकडचे मंदिर हे दुसऱ्यापेक्षा अधिक सरस आहे. मंदिर जगतीवर उभे असून त्याच्या तळावर कोरीव

काम केलेले नाही. मंदिराच्या बाह्य भिंतीवर एका अरुंद पट्ट्यात मैथुनशिल्पे कोरली आहेत. चालुक्य शैलीत अशी शिल्पे अभावानेच आढळतात. आकाराने लहान असल्यामुळे बारकाईने पाहिल्यावरच ती दृष्टोत्पत्तीस येतात. पंचतंत्रातील काही कथाही कोरल्या आहेत. होयसळांची काही शिल्पेही मंदिरात कोरलेली आहेत. पायऱ्यांना लागून असलेल्या कठड्यावर होयसळ राजा एका सिंहाला मारत असल्याचे कोरीव काम आहे. याच शिल्पाच्या खाली संबंधित राजाच्या शिकारीची कथाही शिलालेखात आहे.

सभामंडपाला लेथ टर्न्ड खांब असून त्यांच्यामध्ये कमी उंचीचे कठडे आहेत. खांबांच्या मध्यावर भारवाहक यक्ष कोरले आहेत. गर्भगृहाच्या दाराच्या दोन्ही बाजूला वीरभद्रेश्वर आणि श्रुतिकंठेश्वर हे द्वारपाल आहेत. द्वारपालांच्या आजूबाजूला वेगळ्या मूर्ती कोरल्या असून द्वारपालांचे दागिनेही वैशिष्ट्यपूर्ण आहेत. त्यांच्या पायाच्या प्रत्येक बोटात अंगठी आहे. त्यांचे हात तुटलेले आहेत. एका द्वारपालाच्या पायाशी ५ फण्यांच्या नागाचे सुंदर शिल्प आहे. छतावरही कोरीव काम केलेले आहे. कलाकुसर केलेल्या जाळीदार खिडक्यांसाठी हे मंदिर प्रसिद्ध आहे. या खिडक्यांच्या जाळीमध्ये एकंदर १६ नर्तक कोरले आहेत; त्यात फक्त ३ स्त्रिया आहेत. ललाटबिंबावर कोरलेले शिल्प थोडेसे वादग्रस्त ठरले आहे. मध्यावर कोरलेला शिव गजाच्या शिरावर उभा आहे, त्यामुळे ते गजसंहाराचे चित्र आहे की त्रिपुराचे, याबद्दल एकमत नाही.

उत्तरेकडील मंदिराला पश्चिम व उत्तर दिशांना अंतराळासहित गर्भगृहे आहेत; जी एका मोठ्या मंडपाला जोडली आहेत. या मंडपाला तळाशी चौकोनी व वर गोलाकार असे स्तंभ आहेत. मंडपाच्या मध्यभागी चौकोनी रंगशिळा आहे. मंडपाच्या एका टोकाला भव्य

नंदी बसलेला आहे. या मंदिराचा मुखमंडप पडलेला आहे. दक्षिणेकडच्या मंदिराला कक्षासने असलेला उघडा भव्य मंडप आहे. या मंडपाला पूर्व व दक्षिण दिशेला मुखमंडपासहित प्रवेशद्वारे आहेत. या मंडपाला असलेल्या खांबांच्या शीर्षावर पूर्वी कधीतरी अस्तित्वात असलेल्या शिल्पांच्या आता फक्त खुणा शिल्लक आहेत.

श्रीकृष्ण मंदिर

श्रीकृष्ण मंदिर

स्थान : कर्नाटकातील हंपीमधील सुप्रसिद्ध विरूपाक्ष मंदिरापासून एक किलोमीटर अंतरावर.

दैवत/ देवता : भगवान श्रीकृष्ण

■ **ऐतिहासिक पार्श्वभूमी :** हंपीमधील या परिसराचा उल्लेख शिलालेखात 'कृष्णपुरा' म्हणून आहे. इ. स. १५१३ मध्ये राजा कृष्णदेवराय याने पूर्वेच्या उदयगिरी किंवा उत्कला (ओडिशा राज्य) राज्याचा राजा प्रतापरुद्र गजपति याच्यावरील विजयाचे प्रतीक म्हणून हे मंदिर बांधले. मंदिरातील मुख्य मूर्ती बाळकृष्णाची होती. उत्कलाहून परतताना राजा कृष्णदेवराय आपल्याबरोबर ही मूर्ती घेऊन आला, असे म्हणतात. सध्या ही मूर्ती चेन्नईच्या संग्रहालयात ठेवलेली आहे. मंदिराच्या प्राकारात ठेवलेल्या एका भव्य शिळेवरच्या शिलालेखात उत्कलाची लढाई व या मंदिराची माहिती लिहिली आहे.

■ **स्थापत्य :** मंदिर पंचायतन पद्धतीचे असून मंदिराला दोन संलग्न प्रारूपे आहेत. मंदिर पूर्वाभिमुख आहे. पूर्वेकडच्या बाजूला मंदिर प्राकाराला भव्य व उंच असे प्रवेशद्वार आहे. प्रवेशद्वाराच्या गोपुराचा फक्त खालचा भाग शिल्लक आहे. त्याच्यावरून त्याच्या सौंदर्याची कल्पना येते. त्याच्यावर गिलाव्यात हातात ढाल घेतलेले योद्धे, हत्ती, घोडे कोरले आहेत. हे कोरीव कामही बारकाईने बघून अभ्यासण्याजोगे आहे. प्रवेशद्वारातून आत शिरताच बाजूच्या भिंतींवर गंगा व यमुना झाडाच्या फांद्या हातात धरून उभ्या आहेत. त्यातूनच निघणाऱ्या वर्तुळांमध्ये खालून वर असे विष्णूचे दहा अवतार कोरले आहेत. त्यात अश्वमुखी कल्कीही बैठ्या अवस्थेत कोरला आहे. वरच्या आडव्या खांबावर ससा असलेला चंद्र कोरला आहे. दोन्हीकडून राहू व केतू सर्परूपात हल्ला करत आहेत, असे सूचित केले आहे.

मध्यभागी असलेले श्रीकृष्ण मंदिर एका ऐसपैस ओट्यावर उभे आहे. त्याला पूर्व, दक्षिण व उत्तर दिशांकडून प्रवेशद्वारे आहेत. एका प्रवेशद्वारापाशी दोन सुंदर हत्ती पायऱ्यांपाशी कोरले आहेत. ते भग्न आहेत. बाकी पायऱ्यांच्याजवळही इतर प्राणी कोरले आहेत. दर्शनी स्तंभांवर सुंदर यली वेगळ्या पद्धतीने कोरले आहेत. महामंडप उघडा असून त्याला २५ खांब आहेत. इतर खांबांवरही

वेगवेगळे कोरीव काम केले आहे. छताच्या मधल्या चौकोनात पुष्पाकृती कोरली आहे व बाकी छत सपाट व साधे आहे. अर्धमंडप ३ खांबांचा असून त्यावरही हनुमान, गरुड कोरले आहेत. छताच्या मध्यभागी सिंहमुखे, कमल व रासलीला दाखवली आहे. गाभारा सध्या रिकामा असून अर्थातच पूजा होत नाही. मुस्लीम आक्रमणात मूर्ती भग्न करण्यात आली होती व गाभारा जाळण्यात आला होता. अर्धमंडप व गाभाऱ्याच्या भिंतींवर कोरीव काम पाहायला मिळते. प्रदक्षिणामार्गही आहे.

आवारात इतरही अनेक मंदिरे आहेत. त्यात सुब्रह्मण्यम् स्वामी व देवींचा समावेश आहे. मंदिराभोवती चारही बाजूला खांब असलेल्या ओवऱ्या आहेत. मंदिराच्या नैर्ऋत्य दिशेला मंदिराची पाकशाळा (स्वयंपाकघर) आहे. प्राकाराच्या दुसऱ्या प्रवेशद्वारातून गेल्यावर लागूनच एक भव्य इमारत उभी आहे. ते बहुधा धान्याचे कोठार असावे. पूर्वेकडच्या प्रवेशद्वारासमोरून हम्पीमधला मुख्य रस्ता जातो. रस्त्याच्या पलीकडे एक मोठी आयताकार दगडी पेटी ठेवली आहे. उत्सवासाठी भक्तगण त्यात बहुधा धान्य अर्पण करत असावेत. मंदिराच्या समोर तेव्हाच्या 'कृष्णा बाजार'चे वैभवशाली अवशेष दिसतात. लांबचलांब ओवऱ्या ज्यांना खांब व छत आहेत, ती पूर्वी दुकाने म्हणून वापरत असत. त्यामध्ये देशी-विदेशी व्यापाऱ्यांचा माल विकला जात असे. मधून जाणारा भव्य रस्ता रथ जाण्यासाठी होता. बाजाराच्या मध्यावर भव्य पुष्करणी आहे. त्याला 'कल्याणी' असे नाव आहे. त्याचे पाणी देवळासाठी वापरत. त्याच्याशेजारीच लोकांना बसण्याउठण्याकरिता बांधलेला मंडप आहे.

होयसाळेश्वर

होयसाळेश्वर

स्थान : कर्नाटकातील हसनपासून ३१ कि. मी. वरील आणि बेलूरपासून १६ कि. मी. वरील हळेबीड गावात.

दैवत/देवता : भगवान शंकर

▪ **ऐतिहासिक पार्श्वभूमी :** हळेबीडचे पूर्वीचे नाव 'द्वारसमुद्र' होते. तब्बल ३०० वर्षे ही होयसळ राजांची राजधानी होती. हळेबीड म्हणजे 'जुनी राजधानी' किंवा भग्न शहर. चौदाव्या शतकात अल्लाउद्दीन खिलजीकडून दोनदा उद्‌ध्वस्त झाल्याने या गावाला 'हळेबीड' हे नाव पडले. मंदिराचे बांधकाम राजा विष्णुवर्धनने केले. बांधकाम ११२० मध्ये सुरू झाले व ११५० मध्ये संपले. होयसळ राजा विष्णुवर्धन याच्या नावावरून मंदिराला 'होयसाळेश्वर' नाव पडले. शैव धनाढ्य नागरिक केतमला व केसरसेट्टी यांच्या अर्थसाहाय्यातून मंदिराचे बांधकाम झाले. चेन्नकेशव या बेलूरस्थित वैष्णव मंदिराशी स्पर्धा करण्यासाठी हे शैव मंदिर बांधले गेले. अनेक पुष्करिणी,

तलाव व मंडप यांनी हे मंदिर वेढले आहे. विशाल द्वारसमुद्र तलावाजवळ मंदिर उभारण्यात आले. मंदिर होण्यापूर्वी ७५ वर्षे आधी हा तलाव बांधला होता. दक्षिण भारतातील शिवाला वाहिलेल्या भव्य मंदिरात होयसाळेश्वर मंदिराचा समावेश होतो.

- **स्थापत्य :** हे मंदिर द्विकुट स्वरूपाचे असून होयसाऴेश्वर व शांताळेश्वर यांना समर्पित आहे. शांताळेश्वर मंदिराचे नाव विष्णुवर्धनाची राणी शांतलादेवी हिच्या नावावरून पडले. मंदिर पूर्वाभिमुख असून सोपस्टोनने बांधले आहे. मंदिराभोवतीचा चौथरा १५ फूट रुंद आहे.

मंदिर जगतीवर उभे आहे. होयसळांच्या काळात मंदिर उंच जगतीवर बांधण्याची पद्धत लोकप्रिय झाली होती. दोन्ही मंदिरे एकमेकांना जोडलेली आहेत व दोन्हींच्या दर्शनी भागात सभामंडप आहेत. दोन्ही मंडप

वीर अर्जुन माशाचा वेध घेताना

बासरी वाजवणारा श्रीकृष्ण

सीतेचा शोध घेणाऱ्या हनुमानाला खुणेची अंगठी देताना राम

एकमेकाला जोडलेले असल्यामुळे भव्य मंडपाचा अनुभव येतो. मंदिर आतून साधे आहे, पण बाह्य भिंतींना अनेक कोन निर्माण झाले आहेत. मंदिर उत्कृष्ट शिल्पकलेसाठी व दक्षिण व उत्तर भारतीय शिलालेखांसाठी प्रसिद्ध आहे. ही शिल्पकला १२ व्या शतकातील दक्षिण भारतीय जीवनाचे व संस्कृतीचे दर्शन घडवणारी खिडकी आहे. मंदिर शिवाला समर्पित असले तरी त्यावर शैव, वैष्णव, शाक्त, जैन अशा सर्व पंथांची शिल्पकला आढळते.

मंदिरात ४ प्रवेशद्वारे आहेत. उत्तरेकडचे प्रवेशद्वार पर्यटकांकडून वापरण्यात येते. एक प्रवेशद्वार दक्षिणेकडे व पूर्व बाजूकडे २ प्रवेशद्वारे आहेत. सर्व प्रवेशद्वारांपाशी छोटी मंदिरे दोन्हीकडे आहेत. पूर्व बाजूकडे दोन थोडेसे विलग मंडप आहेत. हे स्तंभ असलेले व नंदीच्या भव्य प्रतिमांनी युक्त असे आहेत. नंदी संबंधित शिवलिंगांकडे तोंड करून बसलेल्या स्थितीत आहेत. मुख्य मंदिराच्या चौथऱ्यावरच हे नंदीमंडप बांधलेले आहेत. शांताळेश्वराचा नंदी हा इतका गुळगुळीत पॉलिश केलेला आहे की, त्यामध्ये कोणत्याही गोष्टीचे

नृत्यगणेश

गजासुरसंहार

प्रतिबिंब दिसू शकते. हा नंदी कर्नाटकातील सर्वांत सुंदर नंदी समजला जातो. नंदीमंडपाच्या मागच्या बाजूला सूर्याचे मंदिर असून त्यामध्ये ७ फूट उंच सूर्याची मूर्ती आहे. असेच दुसरे मंदिर चंद्रासाठी बांधलेले होते, पण आता ते अस्तित्वात नाही.

होयसाळेश्वर मंदिर त्याच्या बाह्य भिंतीवरील शिल्पकलेसाठी प्रसिद्ध आहे. संपूर्ण मंदिराभोवती फिरणारी ही शिल्पपट्टी नृत्यगणेशाच्या मूर्तीपासून सुरू होऊन गणेशाच्याच मूर्तीपर्यंत येऊन थांबते. अशा एकूण ३४० मूर्ती आहेत. कलासमीक्षक फोकेमाच्या म्हणण्यानुसार इतर कुठल्याही होयसळ मंदिरावर अशी शिल्पकला नाही आणि संपूर्ण भारतात हे मंदिर एकमेवाद्वितीय आहे. दक्षिणेकडचा दरवाजा व पूर्वेकडचा एक दरवाजा यांच्यावर सर्वांत सुंदर कारागिरी आहे. मंदिराच्या खालच्या भागात अरुंद अशा दहा शिल्पपट्ट्या आहेत, ज्यावर चालत असलेले खिलाडू हत्ती, सिंह, विविध मुद्रेतील घोडेस्वार, हिंदू पौराणिक कथा, मकर, हंस आणि मोर, बसलेले व उभे नागरिक, पौराणिक प्राणी, सण व उत्सव व मध्ये मध्ये नक्षीकामाच्या पट्ट्या असे अनेक प्रकारचे शिल्पकाम आहे. अर्थ, काम, धर्म दर्शविणारे प्रसंग, मैथुनशिल्पे, विविध व्यवसाय दर्शवणारी शिल्पेही त्यावर आहेत. त्यावरती रामायण, महाभारत, भागवतातील कथा दर्शविणारी मोठी शिल्पपट्टी आहे.

सेत्तारच्या अभ्यासानुसार २०० मीटर च्या लांबीमध्ये (६६० फूट) कोणतेही दोन प्राणी एकसारखे कोरलेले नाहीत.

प्रत्येक गाभाऱ्यासमोरचे चार खांब विशेष कारागिरी केलेले आहेत व त्यांच्या शीर्षांवर मदनिका आहेत. प्रत्येक खांबावर ४ मदनिका होत्या. अशा एकूण ३२ मदनिकांपैकी फक्त ११ मदनिका सद्य:स्थितीत शिल्लक आहेत. त्यातील सहा भग्नावस्थेत आहेत. दोन्ही गाभारे एकसारखे चौरस असून दोन्हीत शिवलिंगे

शांताळेश्वरचा नंदी

आहेत. गाभाऱ्याचे दरवाजे उत्कृष्ट शिल्पकलेने व नक्षीकामाने नटले आहेत. ललाटबिंबावर मकरावर आरुढ वारुणीसह वरुणदेव आहेत. दोन्ही मंदिरांना अंतराळ मंडप आहेत.

बाह्य दरवाजांच्या दोन्हीकडे सहा फूट उंचीचे सालंकृत द्वारपाल आहेत. त्यांच्या डोक्यावर जटामुकुट असून ते त्रिभंग अवस्थेत उभे आहेत. त्यांना चार हात, तिसरा डोळा व सुळे आहेत. त्यांच्या हातात शिवाची आयुधे आहेत. त्यांचे हात भग्न व चेहरे विद्रुप केले गेले होते. त्यांना दुरुस्त करण्यासाठी प्रयत्न केले गेले; पण त्यामुळे ते विशोभित वाटतात. काही द्वारपाल गायब आहेत.

मंदिरावरची शिखरे व सुखनासी गायब आहेत. मंदिराची अनेकवेळा पुनर्बांधणी व डागडुजी करण्यात आली. मंदिरावरची शिल्पकला काही प्रमाणात भग्न व बऱ्याच प्रमाणात सुस्थितीत आहे. ४६ वर्षे मंदिराचे बांधकाम चालू होते; पण काही ठिकाणी ते अपूर्णावस्थेत आहे.

भारतीय पुरातत्त्व सर्वेक्षण विभागाने चालवलेले संग्रहालय मंदिर परिसरात आहे. त्यात १५०० शिल्पे व जवळपास मिळालेले अनेक शिलालेख उपलब्ध आहेत. खुल्या संग्रहालयात १८ फूट उंचीची तीर्थंकरांची मूर्ती, श्रीकृष्ण व गणपतीची एक सुंदर, भव्य मूर्ती अशी अनेक शिल्पे आहेत. मंदिर परिसरातील एक आकर्षक गोष्ट म्हणजे दुर्मीळ गरुड-स्तंभ! मंदिराच्या दक्षिणेकडे असलेला हा स्तंभही भग्न आहे व त्याचा वरचा भाग नाहीसा झालेला आहे. त्यावर एक कोरीव तपशील आहे. जो मध्येच खंडित झाला आहे. बल्लाळ दुसरा याच्या मृत्यूनंतर सेनानायक लक्ष्मण, त्याची पत्नी व त्याचे अनुयायी यांनी आत्मार्पण केले असे हा तपशील सांगतो. स्तंभाच्या मध्यावर ८ पुरुषाकृती स्वबलिदान देताना दाखवल्या आहेत. यातून त्यांची स्वामीनिष्ठा प्रतीत होते.

कला समीक्षकांच्या मतानुसार मानवी कारागिरांच्या मेहनतीचे व कलेचे हे मंदिर म्हणजे आश्चर्यकारक प्रदर्शन आहे. गॉथिक कलेला सहज मागे टाकणारी ही पूर्वेकडची कलाकृती आहे. पर्सी ब्राऊन म्हणतो – 'भारतीय स्थापत्याचा सर्वोच्च कळस!' मंदिरातील शिल्पांखाली कलाकारांची नावे कोरली आहेत. त्यातील काही अशी आहेत – मणिबलाकी, मबाला, बल्लाना, बोचाना, केताना, बामा, बलाकी व रेवोजा. धन्य ते कलाकार!

चक्रव्युहात अभिमन्यू

केदारेश्वर

केदारेश्वर

स्थान : होयसाळेश्वर (हळेबीड) मंदिराच्या नैर्ऋत्य दिशेला ४०० मीटर अंतरावर.

दैवत/देवता : भगवान शंकर

▪ **ऐतिहासिक पार्श्वभूमी :** हे मंदिर होयसळ राजा वीरबल्लाळ–दुसरा व त्याची राणी अभिनव केतलादेवी यांनी इ. स. १२१९ मध्ये बांधले.

▪ **स्थापत्य :** सोपस्टोनने बांधलेले हे त्रिकूट मंदिर पूर्वाभिमुख आहे. मुख्य मंदिराचा आराखडा ताराकृती असून त्याला जाळीदार खिडक्या असलेली अजून दोन गर्भगृहे आहेत. मंदिर ६ फूट जगतीवर उभे असून वर चढायला पायऱ्या आहेत. जरी हे मंदिर शैव असले तरी शैव व वैष्णव दोन्ही प्रकारच्या शिल्पांसाठी ते प्रसिद्ध आहे. तीनही गर्भगृहांना स्वतंत्र सुकनासी असून ती एका मध्यावरच्या मंडपाला जोडलेली आहेत. मंदिराला

मुखमंडप आहे. मंदिराच्या बाह्य भिंतीवर खालच्या आठ स्तरांत नक्षी, प्राणी, पक्षी व मधल्या स्तरात रामायण, महाभारत व भागवतातले शिल्पपट कोरले आहेत. वरच्या छताजवळच्या स्तरात अनेक शिखरे कोरली आहेत.

प्रवेशद्वाराजवळचे चार अर्धस्तंभ अरुंद कट्ट्यांवर विसावले आहेत. हे चार स्तंभ चांदणीच्या आकारातले आहेत. नवरंगाचे चार स्तंभ घंटेसारख्या आकाराचे व लेथ टर्न्ड असून त्यांचा तळ आयताकृती आहे. दोन गाभाऱ्यांच्या द्वारावर भरपूर कोरीव काम केलेले आहे. छतावरही सुंदर कोरीव काम आहे. एका गाभाऱ्यात भग्न शिवपिंडी उपपीठावर स्थित आहे. मंदिराच्या मंडपात अनेक देवकोष्ठे असून तीही कोरीव कामाने सजवलेली आहेत, पण ती सर्व रिकामी आहेत. तीनही गाभाऱ्यांच्या वर शिखरे नाहीत. मलिक काफरच्या सैन्याने १४ व्या शतकात मंदिरावर आक्रमण केले व नासधूस केली. मंदिराच्या आत व बाहेर काही सुट्टे भाग व काही मूर्ती ठेवल्या आहेत. भारतीय पुरातत्त्व विभागाने याची जमेल तितकी पुनर्बांधणी व संरक्षण केले आहे म्हणून आज निदान या स्वरूपात मंदिर पाहायला मिळत आहे. जागतिक वारसा स्थळासाठी या मंदिराचे नाव सुचविण्यात आलेले आहे. मंदिराचे आवार भव्य व सुशोभित असून आवारात माडाची झाडेही लावण्यात आलेली आहेत. मंदिरात पूजा होत नाही.

जैन मंदिरे

जैन मंदिरे

स्थान : कर्नाटकातील हसन जिल्ह्यातील हळेबीड गावात.

▪ **ऐतिहासिक पार्श्वभूमी :** या मंदिरांना 'जैन बसाडी' या नावाने ओळखले जाते. ही मंदिरे केदारेश्वर व होयसाळेश्वर मंदिरांच्या मध्ये आहेत. अकराव्या ते चौदाव्या शतकामध्ये हळेबीड ही होयसळ साम्राज्याची राजधानी होती. तेव्हा या परिसरात जैन धर्माचे प्राबल्य होते. विष्णुवर्धनची राणी शांतलादेवी ही जैन होती. मुळात विष्णुवर्धन राजाही इ. स. १११५ पर्यंत जैन होता, पण नंतर त्याने वैष्णव पंथ स्वीकारला. पंथ बदलला तरी इतर पंथांचाही तो आश्रयदाता होता. हळेबीडमध्ये पूर्वी एकूण ७२० जैन मंदिरे होती, पण आता त्यातील काहीच शिल्लक आहेत. जैन बसाडीमध्ये एकूण ३ मंदिरे आहेत. ही तीन मंदिरे गुळगुळीत स्तंभांची आरशासारखी लकाकी व त्यांच्यावरच्या नक्षीकामासाठी प्रसिद्ध आहेत.

पार्श्वनाथ बसाडी : तीन मंदिरांपैकी हे सर्वांत मोठे मंदिर आहे. ११३३ मध्ये विष्णुवर्धनच्या काळात त्याचा मंत्री गंगराजाचा मुलगा बोपण्णा याने बांधले. त्याचवेळी नरसिंह पहिला राजवंशाच्या गादीसाठी वारस

म्हणून निवडला गेला, म्हणून देवतेचे नाव 'विजय पार्श्वनाथ' असे पडले.

■ **स्थापत्य :** मंदिरापासून थोडा विलग असा मुखमंडप आहे. मंदिराला महामंडप, अंतराळ व गाभारा आहे. मुखमंडप उघडा असून त्याच्या खांबांवर साधेच कोरीव काम आहे. महामंडपाला बारा स्तंभ असून ते अतिशय गुळगुळीत आहेत. त्यामध्ये विशिष्ट ठिकाणी उभे राहिल्यास पाहणाऱ्याच्या वैशिष्ट्यपूर्ण व भिन्न-भिन्न प्रतिमा दिसतात. गाभाऱ्यात अठरा फूट उंचीची पार्श्वनाथची काळ्या ग्रॅनाइटमध्ये बनवलेली मूर्ती आहे. मूर्तीच्या डोक्यावर सात फणे असलेला नाग कोरला आहे. मंदिरात धरेंद्र व पद्मावती यांच्या मूर्तीही आहेत. छतावर बारीक व अप्रतिम कोरीव काम आहे. नवरंगाच्या भिंतींना लागून चोवीस तीर्थंकरांसाठी बैठका बनवल्या आहेत. पण आता त्या मूर्ती जागेवर नाहीत. बसाडी बाहेरून जेवढी साधी दिसते तेवढीच आतून ती खास आहे. मुखमंडपांला अनेक खांब असून (बहुतेक ३२) बसाडीचे बांधकाम वर्णन करणारा एक शिलालेखही आहे.

आदिनाथ बसाडी : दोन मंदिरांच्या मध्ये आदिनाथ बसाडी आहे. राजा बल्लाळ दुसरा याच्या कारकिर्दीत हे मंदिर बांधले गेले. हे छोटे जैन मंदिर देवरा हेगाडे मल्लीमाया याने बांधले. मंदिरात १४ फूट उंचीची आदिनाथाची मूर्ती आहे. या मंदिरात देवी सरस्वतीचीही मूर्ती आहे.

■ **स्थापत्य :** या मंदिराचे खांब गुळगुळीत असून त्यातही पाहणाऱ्याच्या प्रतिमा दिसतात. या मंदिरासमोर २० फूट उंचीचा मानस्तंभ उभा आहे. त्याला ब्रह्मस्तंभ म्हणतात. या मंदिरात पूर्वी बाहुबलीचा भव्य पुतळा होता; जो आता मंदिर परिसरात आहे. मंदिरासमोर छोटा मुखमंडप आहे. त्यावर फुलांची नक्षी आहे.

शांतिनाथ बसाडी : इ. स. ११९२ च्या सुमारास राजा दुसरा बल्लाळ याच्या काळात हे मंदिर बांधले गेले. मधुकण्णा विजयण्णा याने हे मंदिर बांधले.

■ **स्थापत्य :** हे मंदिर उंच व रुंद आहे. नवरंगाचे भव्य गोल स्तंभ अतिशय गुळगुळीत आहेत. गाभाऱ्यातील शांतिनाथाची मूर्ती अठरा फूट उंच आहे. तीनही मंदिराच्या प्रवेशद्वारांपाशी हत्ती कोरले आहेत. तसेच ललाटबिंबांवरही कोरीव काम केलेले आहे. मंदिरांचा परिसर भव्य व सुशोभित आहे. मंदिर परिसरात ईशान्येकडे पुष्करिणी आहे. या मंदिरांव्यतिरिक्त परिसरात अनेक जैन मठ अस्तित्वात आहेत. उदा. भंडारी बस्ती, अक्कारा बस्ती, चंद्रगुप्ता बस्ती हे काही प्रमुख मठ आहेत. त्यातील काही चक्रवर्ती सम्राट अशोकाच्या काळात बांधले गेले आहेत.

शिखर शिंगणापूर

शिखर शिंगणापूर

स्थान : महाराष्ट्राच्या सातारा जिल्ह्यातील माण तालुक्यातील शिंगणापूर येथील महादेव टेकड्यांच्या मध्ये.

दैवत / देवता : भगवान शंकर

■ **पौराणिक पार्श्वभूमी :** समुद्रसपाटीहून १०५० मी. उंचीवर हे मंदिर उंच टेकडीवर बांधले आहे म्हणून त्याला 'शिखर शिंगणापूर' असे म्हणतात. 'दक्षिण कैलास' म्हणूनही ते ओळखले जाते. याबाबतची कथा अशी – शंकर–पार्वती सारीपाट खेळत असताना जो हरेल त्याने वैराग्य धारण करायचे, असे नारदांनी सुचवले. शंकर तीन वेळा हरले. शेवटी त्यांनी वैराग्य धारण करायचे ठरवले व ते निघून गेले. शंकर पुढे व पार्वती मागे असे सह्याद्रीच्या डोंगररांगांतून फिरले. शिंगणापूर येथे शंकर लपू लागले, तेव्हा पार्वतीला ते आठ ठिकाणी वेगवेगळ्या रूपात दिसले. त्यानुसार आठ लिंगांची स्थापना झाली. या अष्टलिंगांचे दर्शन

एका दिवसात घेतल्यास पृथ्वीप्रदक्षिणेचे पुण्य मिळते. 'गुप्तलिंग' या ठिकाणी शंकरांनी दगडावर रागाने जटा आपटली, त्या ठिकाणाहून पाण्याचा प्रवाह निर्माण झाला. तो अजूनही वाहतो आहे. गुप्तलिंग हे ठिकाण मंदिरापासून ३ किमीवर टेकडीच्या पायथ्याला निसर्गरम्य परिसरात डोंगरांच्या कुशीत वसले आहे. या ठिकाणी जटाकुंड व भागीरथ कुंड अशी दोन कुंडे आहेत. पाण्याचा एक प्रवाह डोंगरातून वाहत येऊन गाभाऱ्यातील शिवलिंगाच्या खालून वाहतो. या शिवलिंगाखाली दुसरे एक शिवलिंग आहे, त्याला गुप्तलिंग असे म्हणतात. या ठिकाणी भगवान शंकर व माता पार्वती यांनी चैत्र शुद्ध अष्टमीला पुन्हा लग्न केले असे म्हणतात. या पवित्र ठिकाणाचे दर्शन घेतल्याशिवाय शिखर शिंगणापूरची यात्रा संपन्न होत नाही.

▪ **ऐतिहासिक पार्श्वभूमी :** भोसल्यांचे कुलदैवत असल्याने मालोजी राजे, शहाजी राजे व शिवाजी राजे येथे वरचेवर दर्शनासाठी येत असत. माण–खटाव तालुका हा पूर्वीपासून दुष्काळी प्रदेश होता. त्यामुळे शिखर शिंगणापूरला येणाऱ्या भाविकांचे पाण्याच्या दुर्भिक्ष्यामुळे होणारे हाल पाहून मालोजी भोसलेंनी गावात मोठा तलाव बांधला. त्याला 'पुष्करतीर्थ' म्हणतात. त्याच्या दगडी भिंतीवर प्राण्यांची चित्रे कोरली आहेत. इ. स. १७३५ मध्ये शाहू महाराजांनी देवळाचा जीर्णोद्धार केला. त्याचवेळी त्यांनी मंदिराच्या पश्चिमेला शहाजी महाराज, शिवाजी महाराज व संभाजी महाराज या तिघांची स्मृतीमंदिरे बांधली. काळ्या पाषाणात बांधलेल्या या स्मारकामध्ये तीन शिव मंदिरे आहेत. मंदिर खासगी मालकीचे असून छत्रपती शिवाजी महाराजांचे तेरावे वंशज उदयनराजे भोसले यांच्याकडे त्याची मालकी आहे.

▪ **स्थापत्य :** मंदिराकडे टेकडीवर जायला गाडीरस्ता व दुसरा दगडी रुंद पायऱ्यांचा रस्ता असे दोन रस्ते आहेत. या रस्त्याला १५० पायऱ्या आहेत. या रस्त्यावर २०० वर्षांपूर्वी एका भक्ताने भव्य दरवाजा बांधला, त्याला शेंडगे दरवाजा म्हणतात. याच्या गच्चीतून पंढरपूरची चंद्रभागा दिसते. या दरवाजाची उंची १६ मीटर आहे. कमानीतून मंदिराचे दर्शन होते. पुढे गेल्यावर जिजाऊ दरवाजा लागतो. याच्या दोन्ही देवडीमध्ये सुंदर दगडी हत्ती आहेत. दारावर शनिदेव कोरले आहेत. येथून शिखराचे स्पष्ट दर्शन होते. वर गेल्यावर उजव्या बाजूला मारुतीचे देऊळ आहे. तसेच प्रसाद, भंडारा, फुले यांची दुकानेही आहेत. देवळासमोर चार दगडी उंच व आकर्षक दीपमाळा आहेत. उत्सवाच्या वेळेस या दीपमाळा प्रकाशमान होतात. आरतीच्या वेळेस नगारखान्यात वाद्ये वाजवतात.

धवलगिरी किंवा स्वर्णाद्री म्हणून ओळखला जाणाऱ्या शिखरावर मंदिर काळ्या पाषाणात हेमाडपंथी पद्धतीने बांधले आहे. मंदिराला काळ्या दगडाचीच तटबंदी आहे. या भिंतीला देऊळ परिसरात जायला ४ दरवाजे आहेत, नगारखाना आहे, ओवऱ्या आहेत. अनेक छोटी देवळे आहेत. त्यात गणेश, श्रीकृष्ण यांचा समावेश आहे. श्रीकृष्ण मंदिरासमोर पूर्वजांच्या नावाने डंका पिटतात. ३० × २० मी. चे मंदिर चांदणीच्या आकाराच्या पायावर उभे आहे. मंदिराच्या बाह्य भिंतीवर फक्त आडवे कोरीव पट्टे व देवकोष्ठे आहेत. मुख्य मंदिराचे सभामंडप, अंतराळ व गाभारा असे भाग आहेत. मंदिराला तीन प्रवेशद्वारे आहेत. सभामंडप छोटा असून त्याच्या चालुक्य शैलीतील खांबांवर अप्रतिम कोरीव काम केलेले आहे. त्यावर पुराणातील दृश्ये, शिकारीची दृश्ये व मैथुनशिल्पे कोरली आहेत. स्तंभशीर्षावर यक्ष कोरले आहेत. मंडप उघडा असून कक्षासने आहेत. गाभाऱ्यात २ शिवलिंगे शंकर व पार्वतीचे प्रतीक म्हणून आहेत. गाभाऱ्यासमोर ५ धातूचे नंदी आहेत. दोन मोठ्या घंटा रोमन लिपीत मजकूर कोरलेल्या आहेत. १६७० व १७२० असे सन त्यावर कोरले आहेत. या घंटा पोर्तुगीजांकडून जिंकल्या गेल्या होत्या. नंदीच्या समोर एक भलेमोठे अष्टकोन कोरलेले आहे. या अष्टकोनात छत्रपती शिवाजी महाराजांनी शंभू महाराजांचे शुद्धीकरण करून घेतले होते. छतावर १०० पाकळ्यांचे कमळ कोरले आहे. मंदिरात श्रीकृष्ण कालियाचे शिल्प, गवळणी कोरल्या आहेत. मुख्य मंदिरातील छोट्या मंदिराचे दगडी खांब गोल फिरवता येतात. मंदिराच्या डाव्या बाजूला कमानीयुक्त ओवऱ्या आहेत.

मंदिराचे शिखर ६० फूट उंच असून त्याला अनेक देवकोष्ठे असून त्यांना कळस आहेत. त्यात देवदेवतांच्या विविध मूर्ती आहेत.

देवाच्या अभिषेकासाठी विविध तीर्थांचे पाणी आणले जाते. बऱ्याच गावातून कावडी येतात. पण मानाची कावड भुतोजी तेली यांची असते. मुंगीघाटातून धोंड्याच्या द्वादशीला दुपारनंतर कावड वर चढू लागते. हा रस्ता अतिशय अवघड व दगडधोंड्यांचा आहे. जड कावडी घेऊन वर चढताना भाविक हक्काच्या माणसाला म्हणजेच ‘महाद्याला’ (महादेवाला) साद घालतात. कावडी वर चढवत असताना हलगी, तुरे, लेझीम वाजवत भक्तगण नाचतात. रात्री बारा वाजता अभिषेक घातला जातो. या कावडयात्रेसाठी मोठ्या संख्येने लोक जमा होतात.

मंदिरावर सोनेरी मुख्य कळस व इतर चार कळस आहेत. मंदिराची दगडी तटबंदी, मंदिराचे शिखर व कळस, दीपमाळा खूप लांबूनही लक्ष वेधून घेतात. दुरूनही त्यांचे सौंदर्य नजरेत भरते. तसेच टेकडीवरून चारही बाजूचा परिसर अतिशय सुंदर दिसतो. पण याहीपेक्षा येथे श्रद्धेने येणाऱ्या भाविकांच्या भक्तीने निर्माण होणारे वातावरण अधिक सुंदर व पवित्र भासते. मंदिरात नित्य चार वेळा पूजा केली जाते.

चैत्र शुद्ध अष्टमीस शंकर व पार्वती यांचा विवाह सोहळा येथे साजरा करतात. या दिवशी संध्याकाळी शंभू महादेव मंदिराचा कळस ते श्री अमृतेश्वर मंदिराच्या कळसापर्यंत मराठवाड्यातील शिवभक्तांनी आणलेली ५५० फुटांची सुताची जाड दोरी बांधली जाते. याला ‘पागोटे’ असे म्हणतात.

बारा दिवस चालणारी शिखर शिंगणापूरची यात्रा डोंगराच्या पायथ्याशी असलेल्या उमावन येथे भरवतात. या वनात प्रत्येक गावासाठी एक झाड दिले आहे. गावकरी आपापल्या झाडापाशी जमतात आणि यात्रेचा आनंद लुटतात. अशाप्रकारे गावाला झाड नेमून देणारी ही पहिलीच यात्रा असावी.

बुचेश्वर

बुचेश्वर

स्थान : कर्नाटकातील हसनपासून १० कि. मी. वर कोरवांगला येथे.

दैवत/देवता : भगवान शंकर

▪ **ऐतिहासिक पार्श्वभूमी :** होयसळ राजा वीरबल्लाळ दुसरा याचा राज्याभिषेक समारोह साजरा करण्याकरिता धनाढ्य व्यक्ती 'बुसी' किंवा 'बुचीराया' याने ११७३ मध्ये हे मंदिर बांधले. मंदिराच्या आवारात सापडलेल्या शिलालेखाप्रमाणे एकाच आवारातील ही दोन मंदिरे बुसीच्या 'गोविंद' व 'नाका' या दोन मोठ्या भावांनी बांधली.

▪ **स्थापत्य :** या मंदिराचे स्थापत्य हे होयसळ काळापूर्वीचे वाटते. मंदिर द्विकूट स्वरूपातले असून दोन्ही मंदिरे समोरासमोर आहेत. ही मंदिरे एका बंदिस्त मंडपाने जोडली आहेत. मंदिराला एक ३२ स्तंभ असलेला

महामंडप व १३ भागांचे छत आहे. ज्यावर कमळफुले कोरलेली आहेत. याला उत्तर व दक्षिणेकडे अशी दोन प्रवेशद्वारे आहेत.

पूर्वेकडच्या मंदिराचा आराखडा कोन असलेला चौकोनीच आहे, पण त्याचे मुख्य शिखर अस्तित्वात नाही. या मंदिराला सुकनासी व गर्भगृहात लिंग आहे. पश्चिमेकडचे मंदिर जे पूर्वेकडे तोंड करून आहे, त्यात सूर्याची

प्रतिमा आहे. त्याचा कळस व होयसाळा लांछन चांगल्या स्थितीत आहेत. महामंडपातले खांब वेगवेगळ्या

मापाचे आहेत. त्यांचा आकार बेलसारखा (घंटेसारखा) असून अतिशय गुळगुळीत आहेत. छतांवरही कोरीव काम आहे.

दक्षिण प्रवेशद्वारापाशी दोन सुंदर हत्ती आहेत. प्रवेशद्वारावर दोन्हीकडे द्वारपाल चाम्रधारिणींसकट कोरले आहेत. नवरंगाची छते कोरीव काम केलेली आहेत. नवरंगाच्या प्रवेशद्वारावर गजलक्ष्मी आहे. नवरंगाच्या कोपऱ्यात गणपती, सरस्वती व सप्तमातृका कोरल्या आहेत. गर्भगृहातले शिवलिंग भव्य व काळ्या रंगाचे आहे. गर्भगृहावर चार तलांचे विमान आकर्षक कोरीव काम केलेले आहे. बाह्य भिंतींवर छताखाली द्रविड, नागर व भूमीज शैलीतली छोटी छोटी शिखरे कोरली आहेत.

मंदिराच्या आवारात 'मूकसमुद्र' नावाचे कुंड आहे, तसेच काळभैरवाचे मंदिरही आहे. मंदिर परिसर अतिशय स्वच्छ व नीटनेटका आहे. मंदिराच्या सभोवती हिरवळ व बाग आहे.

जगदंबा माता

जगदंबा माता

स्थान : महाराष्ट्रातील अहमदनगर जिल्ह्यातील अकोल्यापासून ३० कि. मी. अंतरावरील टाहाकारी गावात.

दैवत/देवता : देवी जगदंबा

▪ **पौराणिक पार्श्वभूमी :** टाहाकारी गाव हे प्रभू रामचंद्रांच्या दैवी स्पर्शाने पावन झालेले ठिकाण आहे. टाहाकारी व आजूबाजूचा प्रदेश दंडकारण्य नावाने ओळखला जातो. टाहाकारीमध्ये आढळा नदीच्या किनारी जगदंबा मातेच्या उत्कृष्ट कोरीव काम केलेल्या मंदिराची दंतकथा अशी – प्रभू रामचंद्र वनवासात असताना रावणाने सीतेचे हरण केले, तेव्हा श्रीराम दंडकारण्यात शोक करीत फिरत होते. त्याचवेळी आकाशातून शंकर व पार्वती जात होते. शंकर पार्वतीला म्हणाले की, राम म्हणजे विष्णूचा अवतार. तेव्हा पार्वतीचा त्यावर विश्वास बसला नाही. त्यांची परीक्षा घेण्यासाठी पार्वतीमातेने सीतेचे रूप घेतले व ती श्रीरामांसमोर प्रकट झाली. तेव्हा ते तिला म्हणाले, 'माते, तू इकडे कुठे?' त्यांनी आपल्याला ओळखले, म्हणून पार्वतीमाता

खजिल होऊन अंतर्धान पावली व परत जगदंबेच्या रूपात प्रकट झाली. तेथेच आता जगदंबा मातेचे मंदिर बांधले आहे. छत्रपती शिवाजी महाराजांनी इ. स. १६६४ मध्ये या मंदिराला भेट दिल्याची नोंद आढळते.

▪ **स्थापत्य :** दहाव्या शतकात यादव राजांनी हे मंदिर बांधले. मंदिर अष्टकोनी आकारात हेमाडपंथी शैलीत काळ्या पाषाणात बनवले आहे. मंदिराभोवती मोठे आवार व त्याभोवती ७ फूट उंचीची दगडी भिंत आहे. मंदिर त्रिकूट स्वरूपातील आहे. मंदिराची लांबी २१० फूट, रुंदी १९० फूट व उंची १५ फूट आहे. मंदिर उत्तराभिमुखी आहे. मंदिर चार फूट उंच जगतीवर उभे असून त्याचे मुखमंडप, सभामंडप, अंतराळ व गाभारा असे भाग आहेत. सभामंडपाला विविध भौमितीय आकृत्या कोरलेले स्तंभ आहेत. तसेच काही गोल अर्धस्तंभ कक्षासनांवर विसावले आहेत. काही भित्तिस्तंभही आहेत. सभामंडपाचे व अंतराळाचे छत भरपूर कोरीव कामाने नटलेले आहे. घुमटाकार आकारात विविध फुलांची नक्षी आहे. तसेच हस्तावर असलेल्या उभ्या मूर्तींपैकी शिल्लक असलेल्या चार मूर्ती छतावर पाहायला मिळतात. गाभाऱ्याचे प्रवेशद्वारही कोरीव आहे. स्तंभांवर (मंडपाच्या) फुले, नक्षी, कीर्तिमुखे व शीर्षावर यक्ष कोरले आहेत.

गाभाऱ्यात अठरा हातांची विविध आयुधे धारण केलेली, वाघावर उभी असलेली महिषासुरमर्दिनीची नयनरम्य अशी काष्ठमूर्ती आहे. पूर्व व पश्चिमेकडच्या गाभाऱ्यात महालक्ष्मी व भद्रकाली यांच्या मूर्ती स्थापित आहेत.

मंदिराची बाह्य भिंतही अनेक कोन असलेली आहे. गाभाऱ्याच्या बाहेरील देवकोष्ठांमध्ये चामुंडामाता, नृत्यशंकर व इतर देवतांच्या मूर्ती आहेत. दोन नक्षीदार स्तंभाच्या मधल्या कोनाड्यात सुरसुंदरींच्या मूर्ती आहेत. त्यामध्ये दर्पणा, पुत्रवल्लभा, विवस्त्रजंघा इ. चा समावेश आहे. तसेच एक डोक्यावर छत्र घेतलेली,

उघड्या कोटासारखे वस्त्र घातलेली एक अनोखी स्त्री–मूर्तीही कोरलेली पाहायला मिळते.

गाभाऱ्यातले पाणी बाहेर जाण्यासाठी मकरमुख कोरलेले आहे. सज्जाच्या भिंतीवरही गायक, वादक, नर्तक व मैथुनशिल्पे कोरलेली आहेत. मंदिराला पूर्वी भूमिज पद्धतीची शिखरे होती, ती आता अस्तित्वात नाहीत. त्याऐवजी आठ गोल घुमटांचे बांधकाम केलेले आहे. मंदिराच्या दर्शनी भागातही नवीन सिमेंट काँक्रीटचे खांब व छत यांची जोड दिलेली आहे. त्यामुळे मंदिराच्या मुखमंडपाचे सुरेख कोरीव काम अंशतः झाकल्यासारखे झाले आहे.

मंदिराच्या समोर नदीकडे जायला पायऱ्या आहेत. त्यावर एका कोरीव खांबावर शिलालेख कोरला आहे, पण आता तो पुसट झाला आहे. जवळच शेषनागाचे व शेषशायी विष्णूचे शिल्प असलेले मंदिर आहे. नदीच्या जवळ अजूनही दोन–तीन छोटी मंदिरे आहेत. त्यातल्या एका मंदिराच्या बाह्य भिंतीवर देवकोष्ठात वराहीचे नृत्यशिल्प आहे. मंदिर परिसरात अनेक स्वतंत्र शिल्पे पडली आहेत. तसेच समाधीच्या दगडांसारखे २ फूट उंचीचे दगड अष्टकोनी आकारात असून त्यावर शिवलिंग, नंदी व पावले कोरलेली आहेत. अनेक वर्षे पाऊस–वाऱ्याला तोंड देत उभे राहिल्यामुळे मंदिराची खूप झीज झाली आहे.

लज्जागौरी

लोणी भापकर

लोणी भापकर

स्थान : महाराष्ट्रातील पुणे जिल्ह्यातील बारामती तालुक्यातील जेजुरीपासून १५ किमीवरील लोणी भापकर गावी.

दैवत/देवता : मल्लिकार्जुन शिवशंकर

▪ **ऐतिहासिक पार्श्वभूमी :** लोणी हे गावाचे नाव व भापकर हे मराठी सरदाराचे नाव आहे. लोणी भापकरचे हे मंदिर 'मल्लिकार्जुन' नावाने प्रसिद्ध आहे. येथे शिव 'अर्जुन' म्हणून व देवी पार्वती 'मल्लिका' म्हणून ओळखले जातात, म्हणून मंदिराचे नाव मल्लिकार्जुन आहे.

▪ **स्थापत्य :** हे चौदाव्या शतकातील हेमाडपंथी यादवकालीन मंदिर आहे. मंदिर उत्तराभिमुख असून त्याचा आराखडा आयताकृती व शैली भूमिज नागर आहे. मंदिर एका कमी उंचीच्या चौथऱ्यावर उभे आहे. त्यात चौथऱ्यावर मंदिरासमोर नंदी स्थापित आहे. इतर दोन नंदी भग्नावस्थेत आहेत. मंदिराच्या दर्शनी भिंतीवर

बाळाला जन्म देताना..

जाळीदार खिडक्या आहेत. प्रवेशद्वाराच्या दोन्ही बाजूला कोरीव स्तंभ आहेत. चौकोनी सभामंडपाला चार स्तंभ आहेत. स्तंभशीर्षावर यक्ष कोरले आहेत. प्रत्येक स्तंभ षट्कोन, चौकोन, आयताकार व गोलाकार अशा विविध भूमितीय आकारांनी बनले आहेत. तसेच मंडपाला भित्तिस्तंभही आहेत. मंदिराला देवकोष्ठे आहेत. पण आता ती रिकामी आहेत. मंदिराला छोटे अंतराळ व गर्भगृह आहे. गाभाऱ्याला नक्षीदार द्वारपट्टिका आहेत. गाभाऱ्यात दोन शिवलिंगे असून ती शिव व पार्वती यांची प्रतीके आहेत. मंदिराचे शिखर विटांचे बनलेले आहे.

मंदिराच्या समोर पायऱ्या असलेली पुष्करिणी आहे. पुष्करिणीच्या आतल्या बाजूने फिरण्यासाठी एक धक्का केलेला आहे. पुष्करिणीच्या भिंतीवर आतल्या बाजूने २४ देवकोष्ठे असून ती सर्व रिकामी आहेत. पुष्करणीच्या डाव्या हाताला सुंदर दगडी मंडप असून त्याचे खांबही कोरीव आहेत. मंडपाच्या बाह्य अर्ध्या भिंतींवर शिव, कृष्ण, दशावतार कोरले आहेत. बाळाला जन्म देतानाचे मातृशिल्पही कोरले आहे. काही मैथुनशिल्पे व विविध वाद्ये वाजवताना स्त्रियाही कोरल्या आहेत. मंडपाचे छतही कोरीव आहे. पुष्करिणीच्या स्वच्छ नितळ पाण्यात मंडपाचे व कोनाडे असलेल्या भिंतीचे सुंदर प्रतिबिंब पडते. सर्व दृश्य अतिशय मनमोहक भासते. पुष्करिणीकडे तोंड

वराहशिल्प

शिकारीची व इतर दृश्ये

करून आवारातच अजून एक दत्तमंदिर आहे. हे मंदिर अलीकडचे असून दत्ताची मूर्ती दशभुजा आहे. मंदिराच्या आवारात प्रवेश केल्याबरोबर उजवीकडे एक चिंचेचे झाड आहे. त्या चिंचेच्या झाडाखाली लोणी भापकर मंदिरातील अतिशय सुंदर व प्रसिद्ध असे एक वराहशिल्प ठेवलेले आहे. हे दगडी असून त्याच्या पाठीवर ब्रह्मा–विष्णू–महेश यांचे प्रतीक असलेली तीन मुखे आहेत. वराहाच्या अंगावर दगडी झूल कोरलेली असून त्यावर छोट्या चौकोनात विष्णुप्रतिमा कोरल्या आहेत. अशा एकूण १४२ प्रतिमा आहेत. वराहाच्या प्रत्येक पायाखाली विष्णूचे एक–एक शस्त्र कोरले आहे. शंख, पद्म, गदा व चक्र अशी चार दगडी शस्त्रे आहेत. शेपटीला गाठ बांधली आहे. चारी पायांमधून नमस्कार करणारी आकृती असून ती शेषनागाची असावी.

पाटेश्वर

पाटेश्वर

स्थान : महाराष्ट्रातील सातारा – कोल्हापूर मार्गावर पाटेश्वर गावात.

दैवत/देवता : भगवान शंकर

■ **ऐतिहासिक पार्श्वभूमी :** इ. स. १७०८ ते १७४९ या काळात परशुराम नारायण अनगळ यांनी मंदिर बांधले. मंदिर काळ्या दगडात बांधलेले असून ४५ फूट उंच आहे. संपूर्ण पाटेश्वर मंदिराचा परिसर सात एकरापेक्षा जास्त असून त्यामध्ये विविध आकाराची व प्रकारची १ लाखांपेक्षा जास्त शिवलिंगे येथे आहेत. येथे बोटाच्या पेराएवढ्या लहान आकारापासून ते ५ फूट उंचीच्या पिंडी पाहायला मिळतात. याच ठिकाणी नंदीच्या आवाहनानुसार अन्नपूर्णेने अन्नदानास सुरुवात केली असेही म्हटले जाते. शिवशक्तीचा विवाह सोहळा याच ठिकाणी सर्वप्रथम सुरू झाला. त्यासाठी ब्रह्मदेव, विष्णू व ३३ कोटी देव उपस्थित होते, त्याचे प्रतीक म्हणून

चतुर्मुख शिव

लाखो शिवलिंगे येथे सापडतात, असे म्हटले जाते. तसेच प्राचीन ऋषींनी कालगणना करण्यासाठी विविध प्रयोग येथे केले होते.

- **स्थापत्य** : मंदिर ज्या टेकडीवर उभे आहे ती टेकडी ३०२५ मी. उंच आहे आणि तिथपर्यंत जाण्यासाठी काही भागात डोंगरमाथ्यापासून पायवाटेने व काही भागात दगडी पायऱ्यांच्या रस्त्याने साधारण २० मिनिटे चालावे लागते. दगडात कोरलेल्या गणपती व ऋद्धी-सिद्धी यांच्या शिल्पांना वंदन करून पुढे गेल्यावर काही वेळातच स्वच्छ, नितळ पाण्याचे कुंड लागते. त्यात विविध प्रकारची कमळे पाहायला मिळतात. या कुंडाच्या जवळच सद्गुरू गोविंदस्वामी महाराज मठ आहे. तेथे अनेक वर्षांपासून काही साधू वास्तव्य करून आहेत. येथूनच उजवीकडे जाणारा पायऱ्यांचा मार्ग पाटेश्वर मंदिराकडे जातो.

अगदी विश्वेश्वर पुष्करिणीतसुद्धा अनेक शिवलिंगे आहेत. याच तलावाच्या भिंतीवर शिवाची दुर्मीळ 'अजएकपाद' मूर्ती कोरलेली आहे. संपूर्ण पाटेश्वर या परिसरात अनेक औषधी गुणधर्म असलेल्या वनस्पती सापडतात. शिवाचे कोरीव काम केलेले दगडी मंदिर या व्यतिरिक्त पाटेश्वरचे वरील अनेक कारणांसाठी अनन्यसाधारण महत्त्व आहे.

मंदिराकडे जाण्याच्या मार्गावर सुरुवातीलाच दोन शिवपिंडी आढळतात. एका पिंडीवर मध्यभागी मुख्य शिवलिंग व बाजूने ६८ सयोनी शिवलिंगे आहेत. दुसऱ्या शिवलिंगावर मध्यभागी मुख्य शिवलिंगावर दाढी, मिशा असलेले शंकर कोरले आहेत आणि बाजूने ७१ अयोनी शिवलिंगे कोरलेली आहेत.

पायऱ्यांच्या मार्गावर दोन्हीकडे दिवे लावण्यासाठी छोटे कोनाडे आढळतात; तसेच देवकोष्ठांमध्ये शिवपिंडही दिसते. पायऱ्यांच्या दोन्ही बाजूला दगडी भिंत आहे. पायऱ्यांवरून गेल्यावर एका दगडी चौथऱ्यावर आपण पोचतो तेव्हा समोरच मंदिर

अग्निवृष

दिसते. मंदिराच्या दर्शनी भागात एकीकडे मोठे शिवलिंग व दुसऱ्या बाजूला हनुमानाची मोठी मूर्ती दिसते. मंदिर परिसराला चारही बाजूने दगडी भिंत असून त्याला दोन प्रवेशद्वारे आहेत. मंदिराच्या समोरच उंच चौथऱ्यावर नंदीमंडप व दोन्हीकडे दगडी दीपमाळा आहेत. नंदीमंडपात अतिशय सुंदर कोरीव काम केलेला नंदी आढळतो. त्याच्या पायाशी सर्पाकृती व शिवलिंगाची पूजा अशी शिल्पे आहेत. परिसरात चतुर्मुख शिव व सोळा हातांची महिषासुरमर्दिनीची मूर्ती आहे. मंदिर उंच चौथऱ्यावर असून दर्शनी भाग अर्ध्या स्तंभाचा आहे. सभामंडप छोटा असून त्यातील स्तंभांवर भौमितीय आकृत्या कोरल्या आहेत. गाभाऱ्यात 'पाटेश्वर' स्वयंभू पिंड आहे.

मंदिरात व परिसरात इतरही मूर्ती पाहायला मिळतात. नंदीमंडप व मुख्य मंदिरावर विटांचे शिखर आहे. त्यातील कोनाड्यात काही मूर्ती आहेत. मंदिर परिसरातून पाणी बाहेर जाण्यास छान व्यवस्था केली आहे. संपूर्ण मंदिर परिसराभोवती मोठमोठे वृक्ष आहेत. त्यामुळे मंदिर परिसराचा अभ्यास करताना सदैव पक्ष्यांचा चिवचिवाट साथीला असतो. मुख्य मंदिराच्या बाहेरच्या बाजूसच एक छोटे शिवाचे मंदिर आहे.

मुख्य पुष्करिणीच्या थोडेसे पुढे डावीकडे अजून एक पाण्याचे कुंड आहे. जवळच मरगळ म्हशीचे लेणे आहे. या लेण्यात एका शिवलिंगाच्या मध्यभागी 'म्हशीच्या पाठीवर शिवपिंडीची शाळुंका' कोरली आहे. याच लेण्यात एकूण ६ शिवलिंगे ओळीने कोरलेली आहेत. तसेच पंचमहाभूतांचे प्रतिनिधित्व करणारी पाच शिवलिंगेही कोरलेली आहेत.

पुढेच ५ लेण्यांचा गट असलेले बळीभद्र मंदिर लेणे किंवा अग्नी वृष लेणे आहे. यात एका शिवपिंडीच्या बाजूने चक्र, बदाम, गोल इ. आकारात दहा आकृत्या अष्टदिशांचे व

कुंभेश्वर

चंद्रसूर्याचे प्रतीक म्हणून कोरल्या आहेत. या लेण्यात दशावतार, अष्टमातृका, शेषशायी विष्णू इ. अनेक देवदेवतांच्या आकृत्या कोरल्या आहेत. येथेच 'अग्नी–वृष' हे खास शिल्प पाहायला मिळते. ही मानव व नंदी यांची एकत्रित मूर्ती आहे. या मूर्तीला सात हात असून हातात आयुधे आहेत. जवळच चामुंडा व शिव यांची छोटी मंदिरे आहेत.

यापुढे वऱ्हाडघर हा तीन लेण्यांचा समूह आहे. त्यातील मुख्य लेण्यात भिंतीवरील शिल्पपटात पार्वतीची मूर्ती व बाजूला ९७२ शिवलिंगे कोरलेली आहेत. देवीची १०८ शक्तिपीठे व प्रत्येक पीठाची ९ वेळा पूजा करण्याचा संकेत अशी एकून ९७२ शिवलिंगे आहेत. दक्षिणेकडील भिंतीवर विष्णूची मूर्ती व १००० शिवलिंगे कोरलेली आहेत. १००० ही संख्या विष्णुसहस्त्रनामाचे प्रतीक आहेत. दक्षिणेकडील भिंतीवर सूर्याची मूर्ती व १००० शिवलिंगे कोरलेली आहेत. याच लेण्यात भालचंद्र शिवाची व ब्रह्मदेवाची मूर्ती कोरलेली आहे. एका शिवपिंडीवर दोन सुबक कुंभ कोरले आहेत. याचबरोबर एकमुखी, चतुर्मुखी, सहस्त्रमुखी अशा अनेक प्रकारात शिवलिंग कोरलेली आहेत.

कोपेश्वर

कोपेश्वर

स्थान : महाराष्ट्रातील कोल्हापूर जिल्ह्यातील शिरोळ येथील खिद्रापूर येथे कृष्णा नदीकाठी.

दैवत/देवता : भगवान शंकर

- **ऐतिहासिक पार्श्वभूमी :** साधारणतः सातव्या शतकाच्या आसपास चालुक्य राजवटीत या मंदिराच्या उभारणीस सुरुवात झाली असावी. पुढे अकराव्या–बाराव्या शतकात शिलाहार राजे गंदरादित्य, विजयादित्य व दुसरा भोज यांनी हे काम पूर्णत्वास नेले. सेऊना यादवांनी बांधकामात योगदान दिल्याची नोंद आहे.

- **पौराणिक पार्श्वभूमी :** मंदिराबद्दल अशी दंतकथा सांगितली जाते – सतीने यज्ञकुंडात उडी घेतल्यावर शिवाने दक्षाचा अत्यंत क्रोधित होऊन शिरच्छेद केला तेव्हा दक्षाला अजाचे (बोकडाचे) शिर लावण्यात आले. भगवान विष्णूंनी क्रोधित शंकरांना इथे शांत होण्यासाठी आणले. म्हणून या मंदिराला 'कोपेश्वर' म्हणतात.

दुसरी दंतकथा – एकदा श्री शिवशंकरांनी आपल्या भक्तांना असे वरदान दिले की, जो कोणे संकेश्वर शंखनाथ, बागी बंकनाथ व कोपेश्वर कोपनाथ या तिन्ही मंदिरांचे एका दिवसात दर्शन घेईल त्याला स्वर्गात स्थान मिळेल. ह्या वरदानामुळे मानव व दानव, प्रत्येक जण त्या वरदानाचा लाभ उठवू लागले. त्यामुळे अडचणीत येऊन सर्व देव श्रीहरींना शरण गेले. तेव्हा श्रीविष्णू त्यावर उपाय म्हणून शंकरांचे वरदान खंडित करण्यासाठी कोपेश्वरांपुढे धोपेश्वर म्हणून उभे राहिले. त्यामुळे गाभाऱ्यात आधी श्रीविष्णूंच्या पिंडीचे दर्शन होते व मग शंकरांच्या पिंडीचे दर्शन होते.

- **स्थापत्य :** मंदिर परिसराला दगडी भिंत आहे. पूर्वेकडे प्रवेशद्वार असून वरील दोन बाजूस कोनाड्यात दोन दगडी हत्ती ठेवले आहेत. प्रवेशद्वारातून आत शिरताच दोन्हीकडे नगारखान्याची वास्तू आहे. मंदिर पूर्वाभिमुख असून चांदणीच्या पायावर उभे आहे. संपूर्ण मंदिर गजपीठावर तोलले आहे. ९२ कोरीव हत्तींच्या पाठीवर मंदिराचा वर्तुळाकार भासणारा तल विसावला आहे. मंदिर ३४ × १९.५ मीटर चे आहे व त्याची उंची घुमटाच्या टोकापर्यंत १७ मीटर आहे. घुमटावर गिलावा

लाकडी छताची नक्कल

केलेला आहे. स्वर्गमंडप, सभामंडप, अंतराळ व गर्भगृह हे मंदिराचे चार प्रमुख भाग आहेत. मंदिरापासून काहीशा विलग असलेल्या खुल्या मंडपाला स्वर्गमंडप म्हणतात. त्याला संपूर्ण छत नाही. मंडपाच्या मध्यभागी रंगशिळा असून तिच्याभोवती अपूर्ण घुमटाकार छताला पेलणारे बारा स्तंभ आहेत. या स्तंभांच्या आतील भागावर कार्तिकेय आणि अष्टदिक्पाल वाहनांसह कोरले आहेत. या बारा स्तंभांच्या मागे तुलनेने कमी रुंदीचे नऊ स्तंभ आहेत. रंगशिळा १३ फूट व्यासाची असून छतावरील उघडा भागही बरोबर १३ फूट व्यासाचा आहे. ह्या वर्तुळाकार भागाची आतील कडा अतिशय नाजुक कोरीव कामाने सुशोभित केलेली आहे. हे कोरीव काम बघताना बेलूर–हळेबीडच्या मंदिरातील शिल्पकलेची आठवण येते. काहींच्या म्हणण्याप्रमाणे यज्ञाचा धूर जाण्यासाठी छताचा हा भाग उघडा ठेवण्यात आला आहे. माझ्या मतानुसार जमिनीवरील मानव व आकाशातील देव यांच्यातील दुवा अबाधित व अखंडित राहावा म्हणून हा उघडा वर्तुळाकार भाग योजला असावा. चौसष्ट योगिनी मंदिरे जशी विशिष्ट कारणासाठी छतविरहित ठेवली असतात, तसेच काही कारण यामागेही असावे, यज्ञाचा धूर जावा इतके वरवरचे कारण त्यामागे नक्कीच नसावे. विशिष्ट वेळी विशिष्ट नक्षत्रे दिसावीत किंवा विशिष्ट ग्रहांचे निरीक्षण करता यावे असा काहीतरी खास हेतू असावा असे निश्चितपणे मला वाटते. स्वर्गमंडपात एकूण ४८ स्तंभ आहेत. स्वर्गमंडपाच्या मध्यभागी उभे राहिल्यावर आपल्याला ब्रह्मा, विष्णू व महेश या तिघांच्याही मूर्तींचे दर्शन होते. स्वर्गमंडपाच्या स्तंभावर दगडी जाळी आहे. त्यात आपण बोट घालून बाहेरही काढू शकतो.

स्वर्गमंडपाच्या आत सभामंडप आहे. त्याला उत्तर व दक्षिण दिशांना प्रवेशद्वारे आहेत. सभामंडपाला मध्यभागी बारा स्तंभ व भोवतीने २० चौकोनाकृती स्तंभ आहेत. स्तंभावर पंचतंत्र कथाही कोरल्या आहेत. सभामंडपाला भिंतीवर गवाक्षे आहेत. त्यावर विविध फुलांचे नक्षीकाम आहे. छतावरही कोरीव काम आहे. गाभाऱ्याच्या दोन्ही बाजूस द्वारपाल आहेत. ललाटबिंबावर मुख्य शिखराची प्रतिकृती असलेल्या शिखरांची ओळ आहे. गाभाऱ्याच्या प्रवेशद्वारापाशी बाहेरच्या बाजूस चंद्रशिळेवर सुंदर नक्षीकाम केलेले आहे. द्वारशाखांच्या तळाशी दोन्ही बाजूला ५–५ मानवी आकृत्या कोरलेल्या आहेत. मंडपाच्या दक्षिण प्रवेशद्वारापाशी द्वारपाल भंगलेल्या अवस्थेत उभा आहे.

चांदणीच्या आकाराचे कुंड

गाभाऱ्यात दोन शिवलिंगे आहेत. कोपेश्वर व धोपेश्वर अशी दोन लिंगे अनुक्रमे शिवाचे व विष्णूचे प्रतीक आहे. भारतातील हे असे एक दुर्मीळ मंदिर आहे की, जेथे शिव व विष्णू दोन्ही शिवलिंगाच्या रूपात स्थित आहेत व ज्या मंदिरात नंदी नाही. हा नंदी खिद्रापूरपासून १२ कि. मी. दूर नैर्ऋत्य दिशेला कर्नाटकातील यडूर गावी आहे. तेथे फक्त नंदीचे मंदिर आहे. हा नंदी पश्चिमाभिमुख व उभा आहे. दक्षाच्या यज्ञसमारंभात हजर राहण्यासाठी पार्वती नंदीवर

काळभैरव

आरूढ होऊन गेली होती व नंदी वेशीवर प्रतीक्षा करीत उभा होता. म्हणून नंदी तिथे आहे असे म्हटले जाते. मंदिराच्या गाभाऱ्यातही भिंतींवर शिल्पे आहेत हे अजून एक वैशिष्ट्य!

मंदिराच्या बाह्य भिंतीवर विविध भावनांचे प्रदर्शन करणाऱ्या अप्सरा कोरल्या आहेत. विशेष म्हणजे दोन शिल्पांच्या मागे कोपऱ्यातही अडचणीच्या जागी कोरीव शिल्पे आहेत. ऊन-पावसापासून संरक्षित ठिकाणी असल्यामुळे ती जास्त गुळगुळीत व सुंदर भासतात. अशी शिल्पे कोरण्यात नक्कीच कलाकारांना जास्त कौशल्य वापरायला लागले असणार. हत्तींच्या पाठीवर वेगवेगळ्या देवतांची शिल्पे आहेत. मुसलमानी राजवटीत मंदिरावर आक्रमण होऊन तोडफोड करण्यात आली. त्यामुळे सहा हत्तींचा अपवाद वगळता इतर सर्वच हत्तींची सोंड तुटलेली आढळते. या हत्तींच्या कपाळावरच्या दागिन्यांमध्येही वैविध्य आढळते.

देवकोष्ठांमध्ये शिव शक्तीसह नंदीवर आरूढ आहे; तसेच महिषासुरमर्दिनीही आहे. सभामंडपाच्या दक्षिण दरवाजासमोर एक पुरातन शिलालेख आहे. खिद्रापूरचे जुने नाव 'कोप्पम्' होते. शिलाहार राजा दुसरा भोज व देवगिरीचा यादव राजा सिंघण दुसरा यांच्यात येथे लढाई झाली व दुसरा भोज यादवांकडून पकडण्यात आला व पन्हाळा किल्ल्यात कैदेत ठेवण्यात आला. हा प्रसंग १२१३च्या या शिलालेखात वर्णन केला आहे. फक्त हाच शिलालेख देवनागरी लिपीत संस्कृत भाषेत लिहिला आहे, बाकी सर्व कन्नड भाषेत लिहिले आहेत. इ. स. ११३६ मध्ये राजा सिंहदेव या यादव राजाने मंदिराची डागडुजी केली.

मंदिराच्या बाह्य भागावर काही मैथुनशिल्पेही पाहायला मिळतात. या मंदिराला 'दक्षिणेचे खजुराहो' असेही म्हणतात. मंदिराच्या बाह्य भागावर एक चिनी व एक इराणी माणूसही पाहायला मिळतो. मंदिराच्या बाह्य भागांवर वरच्या बाजूस तसेच आतल्या स्तंभांच्या तळाशीसुद्धा शिखरे कोरली आहेत. स्वर्गमंडपाच्या उघड्या वर्तुळाकार भागाच्या खालच्या आतल्या भागात छोट्या मंदिरांच्या प्रतिकृती कोरल्या आहेत. तसेच बाह्य भागातही स्तंभांच्या वर हस्त बाहेर आलेले दिसतात. पण त्यावर मूर्ती नाहीत. गाभाऱ्यातील पाणी बाहेर जाण्यासाठी मगरमुख आहे व ते पाणी एका अष्टकोनी दगडी कुंडात पडते. अंतराळकक्षात सप्तमातृकापट आहेत.

कोपेश्वर मंदिरात गाभाऱ्यामध्ये ५ ते ७ मे या दिनांकांच्या दरम्यान किरणोत्सव पाहायला मिळतो. सकाळी ७ वाजल्यापासून ७.२० वाजेपर्यंत हा सोहळा आपण अनुभवू शकतो. सूर्यकिरणे मुख्य द्वारापासून स्वर्गमंडप व सभामंडपातून आधी श्री हरींच्या पिंडीवर व नंतर कोपेश्वरांच्या पिंडीवर पडतात.

स्वर्गमंडपाच्या छताच्या उघड्या भागातून त्रिपुरी पौर्णिमेला आकाशातील चंद्र सुस्पष्ट आणि सुंदर दिसतो. त्या दिवशी चंद्र आपल्या खूप जवळ आहे, असा भास होतो.

वनवासी मधुकेश्वर

वनवासी मधुकेश्वर

स्थान : उत्तर कर्नाटकातील हावेरी जिल्ह्यातील वनवासी गावात.

दैवत/देवता : भगवान शंकर

- **ऐतिहासिक पार्श्वभूमी :** वनवासी हे कर्नाटकमधील सर्वांत जुने शहर आहे. इ. स. ३४५ मध्ये हे कदंबा राज्यकर्त्यांचे राजधानीचे शहर होते. या शहरात पाचव्या शतकातील नाणीही सापडली आहेत. वरदा नदीच्या काठी हे शहर वसले असून महाभारतातही त्याचा उल्लेख आहे. या शहराचे वर्णन दुसऱ्या पुलकेशीने 'इंद्राच्या वैभवशाली राजधानीशी स्पर्धा करणारी नगरी' म्हणून केले आहे. वनवासीचे आधीचे नाव जयंतीपूर किंवा वैजयंती होते.

वनवासी हे एक सांस्कृतिक केंद्र होते. 'यक्षगान' कलेसाठी ते विशेष प्रसिद्ध होते. येथे मूळ मंदिर सातवाहनांच्या काळात बांधले गेले. मंदिर नवव्या शतकात कदंबा राजवंशातील पहिला राजा मयूरशर्मा याने

बांधले. नंतर त्यात होयसळ, चालुक्य, सोंडा राजे व विजयनगर राजे यांनी भर टाकली. अमरशिल्पी जकानाचारीने येथील कोरीव काम केले.

■ **स्थापत्य :** मंदिर पूर्वाभिमुख असून सांधार (प्रदक्षिणा मार्गासहित) प्रकारातील आहे. मंदिर परिसराला १६ व्या शतकात सोंडा राजांनी दगडी भिंत बांधली. मंदिर परिसराला दोन प्रवेशद्वारे असून पूर्व दिशेला मुखमंडप आहे. प्रवेशद्वारापाशी दोन्हीकडे दोन सालंकृत दगडी हत्तींची शिल्पे आहेत. मंदिर परिसरात शिरल्यावर समोरच दोन उंच स्तंभ चौथऱ्यावर उभे असलेले दिसतात. एक दीपस्तंभ व दुसरा ध्वजस्तंभ! मंदिरात तीन प्रवेशद्वारे असून मंडपाला कक्षासने आहेत. गाभाऱ्याच्या दोन्ही बाजूस दोन देवकोष्ठांमध्ये मूर्ती आहेत. त्यातील एक मूर्ती आदिमाधवाची असून ती या मंदिरातील मूळ मूर्ती असावी. आता मात्र मंदिर शिवाच्या 'मधुकेश्वर' रूपाला समर्पित आहे. गाभाऱ्यातील शिवलिंग मधाच्या रंगाचे असून ते कोरीव काम केलेल्या उंच योनिपीठावर स्थित आहे.

चालुक्यांच्या काळात संकल्पमंडपाची जोड दिली गेली. होयसळ काळात नृत्यमंडप बांधला गेला. नृत्यमंडपाचे खांब व छत यावर सुंदर कोरीव काम केलेले आहे. नृत्यमंडपाच्या खांबांना अतिशय गुळगुळीत पॉलिश केले आहे, इतके की ती आरसा म्हणून काम करतात. यात अंतर्गोल, बहिर्गोल व काहीत दोन्ही अशी प्रतिबिंबे दिसतात. पूर्वी मधुकेश्वरासमोर नृत्याचे कार्यक्रम सादर केले जात. तेव्हा लोक या खांबांवरही नृत्य पाहू शकत असत. याच मंडपात प्रसिद्ध नृत्य राणी शांतलादेवीने वाद्यकार आलमप्रभूंना आव्हान दिले होते. सभामंडपाचे छत मध्यभागी सपाट व बाजूंनी उतरते आहे. या उतरत्या दगडी छताची आतून रचना वैशिष्ट्यपूर्ण आहे.

मंदिर प्रवेशद्वारासमोरच भव्य असा एकाश्म नंदी स्थित आहे. तो सात फूट उंच असून सुंदर कोरीव काम केलेला आहे. त्याचे मस्तक किंचित उजव्या बाजूला वळले आहे. पलीकडे पार्वतीमातेचे मोठे देऊळ आहे. त्याच्या गाभाऱ्याला दगडी जाळीदार खिडकी आहे. नंदी डाव्या डोळ्याने शंकराकडे बघतो आहे व उजव्या डोळ्याने खिडकीच्या जाळीतून

पार्वतीमातेकडे बघतो आहे. अशा प्रकारची ही योजना म्हणजे स्थापत्यशास्त्राचे कौशल्य होय! गर्भगृहाच्या बाहेर डाव्या हाताला एक दगडी आसन आहे, त्याला 'त्रिलोकमंडप' म्हणतात. तो सोंडा राजा सदाशिव नायकने १६३८ मध्ये अर्पण केला आहे. तो पाताळ, पृथ्वी व स्वर्ग या तिन्ही लोकांचे प्रतीक आहे. मंदिरातील घंटा पंचधातूची असून मराठी राणी पार्वतीबाई खेवडे हिने शके १७०१ मध्ये अर्पण केली आहे. घंटा वाजवल्यानंतर ॐ कार ऐकू येतो व त्याचे तरंग पूर्ण एक मिनिट टिकतात. मंदिरात शांत नरसिंहाची दोन हात असलेली मूर्ती असून तिचे वैशिष्ट्य म्हणजे अंधारात तिचे डोळे उघडे असलेले दिसतात व उजेडात मिटलेले!

मंदिरात गणपतीचे एक अर्धेच शिल्प आहे. तो ब्रह्मचारीस्वरूप आहे. त्याचा उर्वरित अर्धा भाग वाराणसीला आहे. मंदिराच्या बाह्य भिंतीवर गणपतीचे एक शिल्प आहे. तिथून मंदिराच्या शिखराचे दर्शन घडते. या गणपतीला साक्षी गणपती म्हणतात. येथून शिखराचे दर्शन घेतल्यावर कैलासाचे दर्शन घेतल्याचे पुण्य मिळते.

मंदिराला पिरॅमिडसारखे शिखर आहे. ते पायऱ्यापायऱ्यांनी उंच होत गेले आहे. मंदिराला कळस नाही. शिखराची ही पद्धत नंतर अनेक वर्षे वापरली गेली. या कदंबानागर शैलीतील शिखरावर दिक्पाल, विष्णूचे दहा अवतार, सूर्याची बारा रूपे, नागबंध इ. कोरले आहेत. या मंदिरापासून कदंबांनी भरपूर कोरीव काम असलेल्या मंदिराचा पाया घातला. मंदिराचे शिवलिंग विष्णू स्थापित आहे असे म्हणतात.

इ. स. १६२८ मध्ये राजा रघुनाथ नायकने वसंतोत्सवात मंदिराला ग्रॅनाइटचा कोरीव काम केलेला पलंग अर्पण केला. या दगडी पलंगावरचे कोरीव कामही विशेष आहे. कदंबोत्सव व महाशिवरात्रीच्या वेळी देवाचा मुखवटा या पलंगावर ठेवून विशेष पूजा केली जाते. मंदिर

परिसरात इतर अनेक छोटी मंदिरे आहेत. अष्टदिक्पालांची त्यांच्या जोडीदार व वाहनांसकट स्वतंत्र मंदिरे फक्त येथेच पाहायला मिळतात. ५ फण्यांच्या नागांचे एक सुंदर शिल्प मंदिर परिसरात आहे; त्यावर प्राकृत लिपीतील शिलालेखही आहे. त्यानुसार राजकुमारी शिवस्कंद नागेश्रीने एक विहार व तलाव यांच्याप्रमाणेच हे नागशिल्प अर्पण केले असा बोध होतो. सातवाहन राजा पुलुमावी (तिसरे शतक) याच्या राणीची स्मृतिशिला, रोमन नाण्याचा अश्मसाचा, लाकडी रथाची प्रतिमा इ. गोष्टीही मंदिर परिसरात सापडल्या. मंदिराबाहेर ७५ फूट उंच लाकडी रथ एका स्वतंत्र मंडपात ठेवला आहे. त्याचे वजन १५० टन आहे. मार्च महिन्यात रथोत्सव मोठ्या प्रमाणात साजरा होतो.

मधुकेश्वर मंदिरापासून जवळच पंपावन नावाचे औषधी गुणांनी युक्त असलेल्या वनस्पतींचे व वृक्षांचे उद्यान आहे. याच उद्यानात 'मेघदूत' लिहिण्यासाठी कालिदासाला स्फूर्ती मिळाली. याच उद्यानात महाकवी पंपाने वनवासींवर व मधुकेश्वर मंदिरावर अनेक कविता लिहिल्या.

पट्टदकल

स्थान : कर्नाटकमधील बागलकोट जिल्ह्यातील बदामीपासून साधारण २२ कि. मी. अंतरावर पट्टदकल गावात.

दैवत / देवता : भगवान शंकर

▪ **ऐतिहासिक पार्श्वभूमी :** कन्नडमध्ये 'पट्टदकलु' शब्दाचा अर्थ 'राज्याभिषेक शीला' असा होतो. त्याला पूर्वी 'किसुवोलालु' म्हणजेच 'रक्तपुरा' असेही संबोधत असत. पट्टदकल येथे मलप्रभा नदी हिमालयाच्या व कैलासाच्या दिशेने वळते आणि म्हणून तिला उत्तरवाहिनी नदी हे संबोधन प्राप्त होते. त्यामुळे हे स्थान पवित्र मानले जाते. चालुक्य राजवटीत इथे राज्याभिषेक समारंभ साजरे होत. सातव्या शतकात सम्राट विजयादित्याचा राज्याभिषेक सोहळा इथे पार पडला. पट्टदकल सांस्कृतिक कलेचे ठिकाण व धर्मस्थळ म्हणून प्रसिद्ध होते. येथे वास्तुकलेचा उदय तसेच अनेक कल्पनांचे प्रयोग झाले. येथील इमारती म्हणजे उत्तर व दक्षिण भारतातील कलेच्या मिलाफाचा पुरावा व इतिहास होय. चालुक्य राजे कला व संस्कृतीचे आश्रयदाते होते. त्यांच्या पदरी अनेक नामवंत कुशल शिल्पकार होते. राजे व कलाकार या दोघांच्या कलेला वाहून घेण्याच्या तळमळीतून इथे अनेक वास्तुशिल्पे उभी राहिली.

▪ **स्थापत्य :** पट्टदकल मंदिर समूहाचा परिसर चार एकराचा असून त्याला दगडी भिंत आहे; जिला पूर्व व पश्चिमेकडे प्रवेशद्वारे आहेत. सातव्या व आठव्या शतकातील हिंदू व जैन मंदिरांचा समूह या परिसरात आहे. पट्टदकल मंदिर समूहात नऊ मुख्य मंदिरे आहेत. त्यातील आठ मंदिरे अगदी जवळजवळ आहेत. पापनाथ मंदिर दक्षिणेकडे साधारण अर्धा किमीवर आहे तर एकुलते एक जैन मंदिर दीड कि. मी. अंतरावर आहे. यात चालुक्य द्रविड शैलीत चार मंदिरे व नागर शैलीतील चार मंदिरे आहेत. पापनाथ मंदिर दोन्ही शैलींचे मिश्रण आहे. याशिवाय अनेक छोटी मंदिरे आहेत. काहींचा फक्त पाया शिल्लक आहे. सर्व मंदिरे पूर्वाभिमुख आहेत. यातील सर्वांत जुने मंदिर 'संगमेश्वर' असून ते विजयादित्य सत्याश्रयाच्या कारकिर्दीत इ. स. ६९७ ते ७३३ मध्ये बांधले गेले. सर्वांत शेवटी बांधलेले मंदिर म्हणजे जैन नारायण मंदिर, ते नवव्या शतकात राष्ट्रकूट राजा कृष्ण–दुसरा याच्या कारकिर्दीत बांधले गेले.

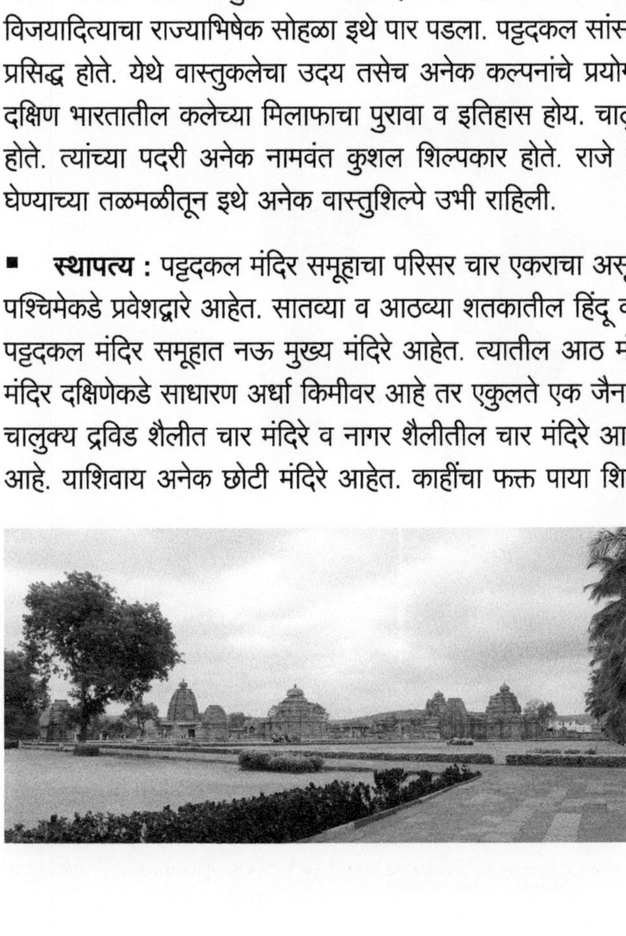

विरुपाक्ष

विरुपाक्ष

स्थान : कर्नाटकातील बागलकोट जिल्ह्यातील पट्टदकल येथे.

दैवत/देवता : भगवान शंकर

▪ **ऐतिहासिक पार्श्वभूमी :** पट्टदकलच्या अनेक वास्तूंपैकी हे सर्वात भव्य व सुंदर असे मंदिर आहे. सन ७४० मध्ये विक्रमादित्य दुसरा याची राणी लोकमहादेवीने त्याच्या कांचीच्या पल्लवांवरील विजयाचे प्रतीक म्हणून हे मंदिर बांधले. शिलालेखात या मंदिराचा उल्लेख 'श्री लोकेश्वर महाशिला प्रासाद' असा केलेला आढळतो. पल्लवांच्या शिल्पकारांनी हे मंदिर बांधले. अनिवारीता गुंडा हा मुख्य शिल्पकार होता. विकसित द्रविड स्थापत्यकलेचा नमुना म्हणून मंदिर प्रसिद्ध आहे. मंदिराचे वैशिष्ट्य म्हणजे उच्च दर्जाचे बांधकाम व कलाकृतींखाली शिल्पकाराचे नाव कोरण्याची पद्धत. मंदिरात सापडलेले शिलालेख ऐतिहासिकदृष्ट्या महत्त्वाचे

आहेत व आठव्या शतकातील समाजजीवन व संस्कृतीवरही प्रकाश टाकणारे आहेत. उदा. एका शिलालेखामध्ये मंदिराच्या वादकांना राणीने अनुदान मंजूर केले आहे.

- **स्थापत्य :** कांचीपुरमच्या कैलासनाथ मंदिराला समोर ठेवून या मंदिराची निर्मिती करण्यात आली. विरूपाक्ष मंदिरावरून प्रेरणा घेऊन एलोराचे कैलास मंदिर कोरण्यात आले. मंदिराची भव्यता २२४ फूट × १०५ फूट या आकड्यांवरूनच येते. याचे मुखमंडप, सभामंडप, अंतराळ गाभारा असे भाग आहेत. मंदिराच्या समोरच स्वतंत्र नंदीमंडप आहे. गाभाऱ्याच्या भोवती प्रदक्षिणापथ आहे. मंदिर पूर्वेकडे तोंड करून एका उंच पीठावर स्थित आहे. अंतराळात गणेश व महिषासुरमर्दिनीच्या मूर्ती आहेत. चौकोनी गर्भगृहात अतिशय गुळगुळीत पॉलिश केलेली शिवपिंड उंच पाणीपीठावर स्थित आहे. सभामंडपाला ४ रांगामध्ये योजिलेले १६ स्तंभ आहेत; अंतराळभागासमोर २ स्तंभ आहेत. स्तंभांवर रामायण, महाभारत व भागवत पुराण यातील प्रसंग कोरलेले आहेत व त्याखाली वेलबुट्टीत त्यातील पात्रांची नावेही कोरलेली आहेत. अर्धस्तंभांवर युगुले कोरलेली आहेत. त्यांच्या मुद्रांवरील भाव त्यांची उभे राहाण्याची ढब दोन्ही विशेष उल्लेखनीय आहेत. स्त्रियांचे दागदागिने, वस्त्रे व केशभूषा यामध्येही वैविध्य

रावण कैलास पर्वत उचलताना

लिंगोद्भव

आहे. एका खांबावर कोरलेल्या प्रसंगात स्त्रियांच्या अंगावर आधुनिक काळात शोभेल असा स्कर्ट व हातात पर्स दिसत आहे. युगुलांमध्ये रती–मदनाची जोडी लक्षवेधक आहे. पूर्व मुखमंडपाच्या छतावर अंतराळात विहरणाऱ्या रथावर आरुढ भगवान सूर्यदेव कोरले आहेत. त्यांच्या डोक्यावर मुकुट शोभत आहे. त्याचा सारथी अरूणच्या हातात ७ घोड्यांचे लगाम आहेत. रथाभोवती ढगांचे पुंजके दिसत आहेत. सर्वच दृश्य सुंदर आहे.

मंदिराला ३ बाजूंना मुखमंडप व दारे आहेत. नंदी मंडपात किन्नर युगुलांची शिल्पे आहेत. अतिशय भव्य व सुंदर असा नंदी हिरव्या ग्रॅनाइटमध्ये कोरलेला आहे. गाभाऱ्याच्या वर तीन मजली शंकूच्या आकाराचे शिखर आहे. कलशासारखे एक भांडे शिखरावर कोरले आहे. नवव्या शतकातील मंदिरांपैकी हे सर्वात उंच शिखर आहे. 'सुखनासी' या शिखराच्या मध्यापेक्षाही जास्त उंचीची आहे त्यामुळे लांबूनही ती सहज दिसू शकते.

गाभारा व मंडप शैव, वैष्णव व शाक्त देवदेवतांच्या कोरीव कामाने नटलेला आहे. खांबावर पंचतंत्रातील कथाही दर्शविल्या आहेत. पूर्ण मंदिर परिसरात वेढणारी संरक्षक भिंत असून दोन्ही दारांवर गोपुरे आहेत. मंदिराच्या समोर एक षटकोनी स्तंभ असून त्यावर सिद्धमातृका व कन्नड लिपीतील शिलालेख आहे. संरक्षक भिंत, छोटी देवळे, गोपुरे व शिखर हे सर्व एकाच वेळी पूर्ण करण्यात आले आहे.

पापनाथ

पापनाथ

स्थान : पट्टदकल

दैवत / देवता : भगवान शंकर

■ **ऐतिहासिक पार्श्वभूमी :** पूर्व चालुक्य काळात हे मंदिर बांधले गेले. पट्टदकलच्या मुख्य मंदिर समूहापासून पापनाथ हे मंदिर जरासे दूर आहे. हिंदू मंदिराच्या द्रविड व नागर शैलीच्या उत्तम मिश्रणाचे हे उदाहरण आहे. पट्टदकलच्या विरूपाक्ष मंदिराचे शिल्पकार सर्वसिद्धी आचारी, बलदेवय्या व चेंगम्मा यांनीच पापनाथ मंदिराचा आराखडा बनवला. इ. स. ६८० मध्ये या मंदिराचे बांधकाम सुरू झाले व ७४० मध्ये पूर्ण झाले असा उल्लेख शिलालेखात आहे. मंदिर शिवाच्या 'मुक्तेश्वर' अवताराला समर्पित आहे. आलमपुरा, आंध्र प्रदेश येथील नरब्रह्मा मंदिराशी याचे साम्य आहे. ते मंदिरही याच राजवंशाची निर्मिती आहे.

■ स्थापत्य : या पूर्वाभिमुख मंदिराला गर्भगृह, अर्धमंडप, सभामंडप व कक्षासने असलेला मुखमंडप आहे. मंदिर तीन टप्प्यांत बांधले गेल्यामुळे त्याचा आराखडा वेगळा वाटतो. पण या मताला पुष्टी देणारा लेखी पुरावा उपलब्ध नाही. दोन मंडप आतून जोडले गेल्यामुळे मंदिर लांबट वाटते. त्यातील एकाला १६ खांब आहेत तर दुसऱ्याला ४ खांब आहेत. मंदिराची सजावट व काही भाग द्रविड शैलीतले आहेत तर शिखर व देवकोष्ठे नागर शैलीतील आहेत.

एका उंच मंचावर मंदिर बांधले आहे. मंदिराचा तळ पाच स्तरांचा असून त्यावर हत्ती तसेच इतर प्राणी कोरले आहेत. मुखमंडपाच्या खांबांवर किन्नर युगुल व आतल्या खांबांवर द्वारपाल कोरले आहेत. गाभाऱ्यात शिवलिंग आहे. स्वतंत्र नंदीमंडप नसून सभामंडपातच नंदी स्थापित आहे. भिंतीतल्या देवकोष्ठांमध्ये विविध देवदेवतांच्या मूर्ती कोरल्या आहेत. देवकोष्ठांना वरून अर्धगोलाकार कमान व नक्षी आहे. दोन देवकोष्ठांमध्ये विविध नक्षीची जाळी असलेल्या खिडक्या आहेत. सभामंडपांच्या स्तंभांवर अप्सरा व युगुले कोरली आहेत. भिंतीवरच्या एका स्तंभावर चेंगम्मा या शिल्पकाराच्या नावासहित विक्रमादित्य–दुसरा याचा दरबार शिल्पांकित केला आहे. गाभाऱ्याच्या ललाटावर इंद्र व दिक्पाल दाखवले आहेत. मंदिराचे शिखर रेखा नागर शैलीतले असून सुखनासीवर नटराज कोरला आहे. आमलक व कलश दोन्हीही दिसत नाहीत.

मंदिराला रुंद अंतराळ व अतिशय अरुंद प्रदक्षिणापथही आहे. मंदिरातील खास गोष्ट म्हणजे रामायण व किरातार्जुनीयमधील शिल्पपट! मंदिरभिंतींवर शैव व वैष्णव अशा दोन्ही प्रतिमा आहेत. त्यातील पात्रे व शिल्पकारांची नावेही पटांच्या उजव्या बाजूला कोरली आहेत.

तळाकाडू

तळाकाडू

स्थान : कर्नाटक राज्यातील म्हैसूरपासून ४५ किमी अंतरावर कावेरी नदीच्या डाव्या तीरावर.

दैवत/देवता : भगवान शंकर

▪ **ऐतिहासिक पार्श्वभूमी :** तळाकाडू हे नाव 'तळा' व 'काडू' या भावांच्या नावावरून पडले आहे. दंतकथेनुसार वैद्यनाथेश्वरांची भक्ती करून दोन्ही भावांना मोक्ष मिळाला. तळाकाडूला खूप रोचक इतिहास आहे. गंगाराजा हरिवर्माने प्रथम ही जागा शोधली (२४७-२५६ इ.स). तेव्हापासून ही राजधानी बनली व संबंधित वंशातील राजांना राज्याभिषेक झाला. इ. स. अकराव्या शतकात चोला राजांनी तळाकाडू काबीज केले व त्याचे नाव राजराजपुरा ठेवले. त्यानंतर साधारण १०० वर्षांनी होयसळ राजा विष्णुवर्धनने हे शहर जिंकले व त्याचे नाव 'तलाकाडूगोंडा' ठेवले. नंतर त्यावर विजयनगर राजांची सत्ता होती.

तळाकाडू ही ३० मंदिरे असलेली एक सुंदर नगरी होती, जी सोळाव्या शतकात पूर्णपणे वाळूत गाडली

गेली. तेव्हापासून लिखित तपशिलाप्रमाणे नैसर्गिक आपत्तींमुळे असे झाले असे कळते. पण स्थानिक कथा काही वेगळेच सूचित करतात. म्हैसूरचा राजा सैन्य घेऊन तळाकडूवर चालून आला. कारण त्याला राणी अलामेलूचे दागिने हस्तगत करायचे होते. राणीने कावेरी नदीत दागिने फेकले व स्वतःही नदीत उडी टाकून प्राणार्पण केले. कथेनुसार नदीत उडी टाकण्यापूर्वी तिने शापवाणी उच्चारली – तळाकाडू वाळूत परावर्तित

होईल. नंतर १६व्या शतकात शहर वाळूत गाडले गेले.

तळाकाडूच्या मंदिरांपैकी पाताळेश्वर, मरुलेश्वर, अर्केश्वर, वैद्यनाथेश्वर व मल्लिकार्जुन या ५ मंदिरांच्या सन्मानार्थ दर १२ वर्षांनी 'पंचलिंग दर्शन' नावाची जत्रा आयोजित केली जाते. ही पाच शिवलिंगे पंचपती म्हणून प्रसिध्द आहेत. यात्रेकरू प्रथम गोकर्ण तीर्थात स्नान करतात. मग गोकर्णेश्वर व चौंडेश्वराची पूजा करतात, मग वैद्येश्वराची पूजा करतात. नंतर उत्तर, पूर्व दक्षिण व पश्चिम बाजूंच्या कावेरीच्या प्रवाहात स्नान करतात. नंतर आर्केश्वर, पाताळेश्वर, मरुलेश्वर, मल्लिकार्जुन यांची पूजा करतात. प्रत्येक पूजेनंतर वैद्येश्वराची पूजा करतात. शेवटी कीर्तिनारायणाच्या पूजेने एकदिवसीय यात्रा संपन्न होते. या पूजांच्या वेळी मंदिरे वाळूतून उकरून काढतात. या पूजेमुळे यात्रेकरूंना अश्वमेघ पूजेचे पुण्य मिळते व सर्व पापांतून मुक्तता होते अशी भाविकांची श्रद्धा आहे.

वैद्यनाथेश्वर मंदिर

चौदाव्या शतकात या भागावर राज्य करणाऱ्या चोला राजांनी हे मंदिर बांधले. पूर्वाभिमुख असलेले हे मंदिर द्रविड शैलीत बांधले आहे. प्रवेशद्वाराच्या दोन्ही बाजूला १० फूट उंचीचे भव्य द्वारपाल उभे आहेत. द्वारमार्ग व बाहेरच्या भिंतींवरही कोरीव काम केले आहे. भिंतींवर शैव तसेच वैष्णव शिल्पे आहेत. गाभाऱ्याच्या दोन्ही बाजूस श्री गणेश व श्री सुब्रह्मण्यम यांच्या प्रतिमा आहेत. गाभाऱ्यात शिवलिंग आहे. भिंतीवर मनोन्मनी देवीची प्रतिमा आहे. बाहेरच्या बाजूला छताच्या कोपऱ्यात एक पाच फणी नाग कोरला आहे व त्याखाली एक दगडी साखळी लटकत आहे. ती अखंड ग्रॅनाइट दगडातून कोरली असून तिला कुठेही जोड दिलेला नाही. मंदिराला नृत्यमंडप, अर्धमंडप, अंतराळ व गाभारा आहे. प्रवेशद्वारांपाशी मुखमंडप आहेत. तळाकाडूमधील हे सर्वांत लोकप्रिय व आकर्षक मंदिर आहे.

मल्लिकार्जुन मंदिर

महाभारत काळात अर्जुनाने सोनगिरी पर्वतावर इथे वास्तव्यास असताना शिवाची प्रतिमा तयार केली व मल्लिका पुष्पांनी त्याची पूजा केली, म्हणून इथे शिवाला 'मल्लिकार्जुन' असे म्हणतात. ताळकाडूजवळच्या 'मुडुकथोरे' गावात हे मंदिर आहे. देवी ब्रह्मराम्बिका ही मल्लिकार्जुनाची सहकारी आहे. या मंदिरात शिवाच्या मस्तकावर कामधेनूच्या पायाचा ठसा आहे. मंदिराच्या भिंतीवर शिवपुराणातील कथा दर्शविल्या आहेत. परिसरात अनेक छोटी छोटी मंदिरे आहेत. टेकडी २०० फूट उंचीची असून अर्ध्या रस्त्यापर्यंत वाहने जातात व नंतर १०० पायऱ्या चढून वर जावे लागते.

पाताळेश्वर मंदिर

मंदिर जमिनीच्या पातळीच्या खाली आहे. पायऱ्या उतरून मंदिर परिसरात प्रवेश होतो. येथील शिवलिंग दिवसाच्या सर्व प्रहरात रंग बदलते. ते सकाळी लाल, दुपारी काळे व संध्याकाळी पांढरे होते. दरवर्षी हे मंदिर वाळूने भरते व वाळूत गाडले जाते. हे मंदिर सर्वांत जुन्या मंदिरात समाविष्ट होते. दहाव्या शतकात राष्ट्रकूटांच्या काळी हे मंदिर बांधले गेले.

मरलेश्वर मंदिर

कीर्तिनारायण मंदिराच्या उत्तरेला मरलेश्वर मंदिर आहे. इथले भव्य शिवलिंग ब्रह्माने स्थापिले व त्याची पूजा केली. मंडपामध्ये महेश्वर, देवी तिरुमला, देवी अंबिजाई, षण्मुख, वीरभद्र व नवग्रहांच्या प्रतिमा आहेत.

अर्केश्वर

हे मंदिर थोडेसे बाजूस उत्तरवाहिनी कावेरीच्या तीरी तळाकाडूपासून २ किमीवर आहे. या मंदिरात भैरव, अभ्यंगर लिंग, देवी दुर्गा यांच्या प्रतिमा आहेत. मंदिराच्या दारात दगडी वास्तूयंत्र आहे. आजारी गायींना येथे बांधले की त्या बऱ्या होतात, अशी समजूत आहे.

कीर्तिनारायण मंदिर

इ. स. १११७ मध्ये चोलांवरील विजयाचे प्रतीक म्हणून होयसळ राजा विष्णुवर्धनने कीर्तिनारायण मंदिर बांधले. हे मंदिर इ. स. १९११ मध्ये वाळूतून खोदले गेले. मंदिर चांदणीच्या आकाराच्या पायावर उभे असून त्याला उघडा अर्धमंडप, तीन प्रवेशद्वारे असलेला नवरंग व गाभारा असे कक्ष आहेत. नवरंग मोठा असून त्याला लेथ् टर्न्ड खांब आहेत. छतावरही कोरीव काम आहे. वेली, कमळे व इतर फुलांच्या नक्षीने छत सजले आहे. मंडपात रामानुजाचार्यांची व अर्धमंडपात उग्रनरसिंहाची मूर्ती आहे.

गाभाऱ्याचा दरवाजाही होयसळ पद्धतीने कोरला आहे. गाभाऱ्यात मुख्य मूर्ती नारायणाची असून ती ८ फूट उंच आहे. तिच्या दोन्ही बाजूला श्रीदेवी व भूदेवी आहेत. नारायणाची मूर्ती गरुडपीठावर स्थित आहे.

काही वर्षांपूर्वी भारतीय पुरातत्त्व खात्याने उत्खनन करून मंदिराचा गरुड स्तंभ, मंडप व दोन लहान मंदिरे, बळिपीठ, विहीर इ. वास्तू उजेडात आणल्या आहेत. अथक परिश्रम करून पुरातत्त्व विभागाने संपूर्ण मंदिर परत बांधून काढले आहे. त्याचा प्रवेशद्वार मंडपही भव्य आहे. मात्र त्यावर शिखर नाही.

हे मंदिर पंच नारायण मंदिरे म्हणून ओळखल्या जाणाऱ्या मंदिरांपैकी एक आहे. १० व्या शतकात रामानुजचार्यांच्या सूचनेवरून या मंदिराची सुरुवात करण्यात आली व नंतर होयसळ काळात ते बांधले गेले. तळाकाडूमध्ये हे एकमेव होयसळ स्थापत्यातील मंदिर आहे.

कोणार्क

कोणार्क

स्थान : ओडिशामधील जगन्नाथपुरीपासून ३५ कि. मी. वर उत्तर-पूर्व दिशेला असलेल्या कोणार्क गावात.

दैवत/देवता : भगवान सूर्य

▪ **ऐतिहासिक पार्श्वभूमी :** हे सूर्यमंदिर असून ते 'सूर्य देवालय' म्हणूनही ओळखले जाते. १३ व्या शतकातील हे मंदिर म्हणजे ओडिसी स्थापत्यशास्त्राचा (कलिंग) अजोड नमुना आहे. इ. स. १२५० च्या सुमारास गंग वंशाचा राजा नरसिंहदेवने १२ वर्षांच्या कालावधीत १२०० कारागिरांच्या साहाय्याने हे मंदिर बांधले (इ. स. १२३८-१२६४). पूर्वी अस्तित्वात असलेल्या चंद्रभागा नदीच्या किनारी हे मंदिर बांधले गेले. कोन म्हणजे कोपरा, अर्क म्हणजे सूर्य. पुरीच्या ईशान्य कोपऱ्यात मंदिराचे स्थान आहे.

▪ **पौराणिक पार्श्वभूमी :** मंदिराच्या दंतकथेप्रमाणे गयासुराच्या वधानंतर भगवान विष्णूंनी त्यांची आयुधे वेगवेगळ्या ठिकाणी ठेवली. जसे शंख पुरीला, चक्र भुवनेश्वराला, गदा जाजपूरला, याप्रमाणे त्यांनी कोणार्क

येथे आपले कमळ ठेवले. म्हणून कोणार्कला 'पद्म क्षेत्र' असेही म्हणतात. मंदिराचा शिल्पकार विसु महाराणाने मंदिर बांधकाम कार्यासाठी आपले जन्मगाव सोडले व मंदिरकार्यात व्यग्र झाला. तेव्हा त्याच्या पत्नीने त्याच्या मुलाला जन्म दिला. राजाने योजलेल्या मुदतीत मंदिराचे निर्माणकार्य पूर्ण झाले नाही, म्हणून ते पूर्ण करण्यास राजाने अंतिम मुदत दिली. मंदिर निर्माण कार्याकरिता १२०० कामगार १२ वर्षे झटत होते. अंतिम मुदतीत मंदिराच्या शिखरावरचा भव्य दगड बसविण्यात विसु अपयशी ठरला. तो चिंतेत असताना त्याचा १२ वर्षांचा मुलगा धर्मपाद त्याच्या शोधात व भेटण्याच्या आतुरतेत तेथे आला. तो जरी वयाने लहान असला तरी त्याने मंदिर निर्माणशास्त्राचे सखोल ज्ञान प्राप्त केले होते. त्याने मंदिराची टोकावरची शिळा बसवण्याची युक्ती सांगितली. राजाच्या अटी मोडल्यामुळे इतरांना शिक्षेपासून वाचवण्यासाठी त्याने मंदिराच्या उंच भागावरून खाली उडी मारून आत्महत्या केली. मंदिरासंबंधीची ही कथा आजही ऐकणाऱ्याचे हृदय हेलावून सोडते.

दुसऱ्या पौराणिक कथेनुसार कृष्णाचा पुत्र सांब याला दुर्वास ऋषींच्या शापामुळे महारोग झाला. ऋषींच्या सांगण्यानुसार त्याने चंद्रभागेच्या तीरी समुद्र किनाऱ्यापासून जवळ मित्रवनात बारा वर्षे कडक तपश्चर्या केली. सूर्यदेवांच्या आशीर्वादाने त्याचे रोगनिवारण झाले. त्यावेळी चंद्रभागेत स्नान करताना त्याला सूर्याची एक मूर्ती सापडली, जी प्रत्यक्ष विश्वकर्म्याने सूर्याच्या शरीराच्या भागापासून बनवली होती. त्या मूर्तीला स्थापित करण्यासाठी त्याने सूर्यमंदिर बांधले. तेव्हापासून हे स्थान पवित्र मानले जाते. १५ ते १७ व्या शतकात मुस्लिमांनीही मंदिरावर अनेक वेळा आक्रमण केले. अशा प्रकारे विविध कारणांनी मंदिर उद्ध्वस्त झाले. खुद्द राज खुद्रानेही मंदिरातील काही दगड नेऊन पुरीच्या मंदिरात बांधकामासाठी वापरले. मराठ्यांच्या काळात नृत्य मंडपाचेही दगड पुरीला हलवले गेले. कोणार्क मंदिराची पूजा व यात्रा दोन्ही बंद पडली. कोणार्कचे बंदर चाच्यांच्या हल्ल्यांच्या भीतीने बंद पडले. कोणार्क निर्जन व एकाकी बनले व अनेक वर्षांसाठी घनदाट जंगलात हरवून गेले.

▪ **स्थापत्य :** मंदिर सध्या जरी भग्नावस्थेत असले तरी त्याचे शिल्लक अवशेष संपूर्ण जगाला आकर्षित करण्याची क्षमता बाळगून आहेत. संपूर्ण मंदिर एका भव्य रथाच्या रूपात बांधले गेले आहे. ज्याला १२ चक्रजोड्या आहेत व ज्यावर प्रत्यक्ष भगवान सूर्य अथवा सूर्यदेव विराजमान आहेत असा रथ सात घोडे ओढत आहेत अशी या मंदिराची संकल्पना आहे. हिंदू वैदिक समजुतीनुसार सूर्य पूर्वेकडे उगवतो व सात घोड्यांच्या रथातून आकाशात वेगाने संचार करतो. सूर्य हा बहुतेक वेळा उभ्या व हातात कमळ धारण केलेल्या अशा तेजस्वी पुरुषाच्या स्वरूपात दाखविला जातो. त्याच्या रथाचे सारथ्य अरुण करतो आणि त्याच्या दोन्ही

बाजूला उषा व प्रत्युषा दाखविल्या जातात. मंदिराचे प्रत्येक चक्र १० फूट व्यासाचे असून त्याला आठ आरे आहेत. ही चक्रे वर्षाचे बारा महिने सूचित करतात व त्याचे आरे दिवसातील आठ प्रहरांचे निदर्शक आहेत. प्रत्येक हिंदू महिन्यांचे शुक्ल व कृष्ण असे दोन भाग असतात, म्हणून रथाला चोवीस चाके आहेत. चाकाच्या मध्यावर सूर्य, विष्णू व विष्णूचे अवतार कोरले आहेत. हे चक्र व त्याचे आरे सूर्यघड्याळासारखे काम करतात. फक्त आपल्या नेहमीच्या घड्याळाच्या विरुद्ध दिशेने ते कालगणना करतात. हीच चक्रे वेगवेगळे ऋतूही दर्शवितात. ही चक्रे म्हणजे 'जीवनचक्रे' आहेत. ती उत्पत्ती, स्थिती व मोक्ष या अवस्थांची निदर्शक आहेत. हीच चक्रे कदाचित बारा राशीचिन्हेही दर्शवित असावीत. सौरघड्याळाप्रमाणे ही चक्रे चांद्रघड्याळे म्हणूनही काम करतात.

मंदिराचे रेखा देऊळ (गाभारा), भद्रा देऊळ अथवा जगमोहन (सभामंडप) व पीडा देऊळ (मुखमंडप) ज्यावर पिरॅमिडसारखे छप्पर होते; असे तीन भाग होते. हे सर्व विभाग आतून चौकोनी व बाहेरून अनेक कोने असलेले होते. मंदिराचा भूविन्यास 'पंचरथ' असून त्याची रचना व त्यावरील कोरीव काम हे सर्व कपिला वात्स्यायन व शिल्पसारिणी या ग्रंथांनुसार होते. मंदिर पूर्व-पश्चिम असून उंच जगतीवर उभे आहे. मुख्य देऊळ व जगमोहन यांचे चार भाग आहेत – जगती, भिंत, सोंड आणि मस्तक. पहिले तीन भाग चौकोनी व चौथा गोलाकार आहे. मंदिराचा मुख्य भाग उद्‌ध्वस्त झाला आहे; त्याचे शिखरही अस्तित्वात नाही. गाभाऱ्याचे शिखर २२९ फूट (७० मी.) उंच होते. ओडिशातील व भारतातील हे सर्वांत उंच बांधकाम होते. गाभाऱ्याच्या भिंती २० ते २५ फूट जाड होत्या. मंदिराला चार दिशांना चार दरवाजे आहेत. त्यातील पश्चिमेकडील दरवाजाने गाभाऱ्यात प्रवेश करता येतो. उर्वरित तीन दरवाजांना मुखमंडप आहेत. गाभाऱ्यात कुठल्याही प्रकारचे कोरीव काम केलेले नसून फक्त गाभाऱ्याच्या दाराला क्लोराईटचे नक्षीकाम केलेले आहे. तसेच नक्षीकाम जगमोहनच्या

मुख्य दरवाजावर केलेले आहे. मंदिर ध्वस्त असल्यामुळे मंदिरात प्रवेश करता येत नाही, फक्त बाहेरूनच ते बघता येते.

जगमोहनच्या भिंती ३९ मी. (१२८ फूट) उंच होत्या, तर गाभाऱ्याचे शिखर ७० मी. उंच होते. सन १६२६ मध्ये खुर्दा राजाने (नृसिंहदेव) सूर्यदेवाची मूर्ती व इतर दोन सूर्य व चंद्राच्या मूर्ती पुरीला नेल्या असे म्हणतात. पुरीच्या प्रांगणात या मूर्ती पाहायला मिळतात. मुख्य सूर्यदेवतेची मूर्ती संग्रहालयात ठेवली आहे. मंदिरासमोर एकाश्म अरूणस्तंभ उभा होता. आता तो पुरीच्या जगन्नाथ मंदिरासमोर उभा आहे. मंदिराच्या दक्षिण भागात २ सुसज्ज दहा फूट लांबीच्या घोड्यांची शिल्पे आहेत.

मंदिराच्या तळातल्या भागात गजथर आहे. त्यात विभिन्न मुद्रांमध्ये हत्ती कोरले आहेत. त्यांची संख्या १४५२ आहे. त्यावरच्या भागात अनेक देवदेवता, किन्नर, गंधर्व, नाग, अप्सरा, व्याल व विविध मुद्रांतील नर–नारी कोरले आहेत. सैनिकांची पलटण, वादक, शिकारीची दृश्ये, पाळीव प्राण्यांचे कळप, उत्सवी मिरवणुका इ. अनेक गोष्टी कौशल्याने कोरलेल्या पाहायला मिळतात. तसेच बाह्यभिंतींवर अनेक मैथुनशिल्पे कोरली आहेत. ही मैथुनशिल्पे 'कामसूत्र' ग्रंथावर आधारित आहेत.

गाभाऱ्यातील मुख्य मूर्ती हवेत तरंगती होती. हा चमत्कार साधण्यासाठी चुंबकीय शक्तींचा वापर केला गेला होता. मंदिराच्या शिखरावर प्रचंड मोठा चुंबक (५२ टनी) बसवला होता. त्यामुळे मूर्ती हवेत तरंगत होती. मूर्तीच्या खाली मंदिराच्या तळातही मोठा चुंबक होता. दररोज सकाळी नाट्यमंदिर व पुढचे प्रवेशद्वार इथून सूर्यकिरणे मूर्तीवर पडत असत. मूर्तीच्या माथ्यावर मध्यभागी हिरा बसवला होता. त्यावरून सूर्यकिरणे परावर्तित होऊन संपूर्ण गाभारा उजळत असे.

▪ **नाट्यमंदिर :** मंदिराच्या दर्शनी भागात पूर्वदिशेला नाट्यमंदिर उभे आहे. कोरीव काम केलेल्या भव्य चौथऱ्यावर नाट्यमंदिराचे अवशेष पाहायला मिळतात. त्याचे अर्धस्तंभ व छप्पर अस्तित्वात नसलेली वास्तूही नजर खिळवून ठेवते. चौथऱ्यावर मंदिराप्रमाणेच कोरीव काम केलेले आहे. चौथऱ्याच्या भिंतीवर व खांबांवर नर–नारी नृत्यमुद्रेत, वाद्ये वाजवताना, चामर हलवताना, धूप–उदबत्ती लावताना, दीप हातात घेतलेल्या अशा विविध स्थितीत कोरले आहेत. गजशार्दूल, नरव्याल व नागमिथुने ही मधल्या पट्ट्यात कोरलेली पाहायला मिळतात. या नाट्यमंदिरात सूर्यदेवतेला अर्पण करण्यासाठी नर्तकी नाच करत असत.

मंदिररूपी रथ सात घोडे ओढताना दर्शविले आहे. उजव्या हाताला चार व डाव्या हाताला तीन असे सात घोडे दगडी शिल्पात दर्शवले होते. हे सात घोडे म्हणजे सप्तरंगाचे द्योतक आहेत. त्यांची नावे गायत्री, बृहती, उश्वीक, जगथी, दृष्टुप, अनुष्टुप व पंक्ती अशी आहेत. काहीजणांच्या समजुतीनुसार हे सात घोडे मानवी

शरीरातील सात चक्रांचे निदर्शक आहेत. उषःकाल व सूर्योदयावेळी दुरून पाहताना सूर्यदेव आरूढ झालेले रथरूपी मंदिर निळ्या समुद्रातून अवतरत आहे असे भासते.

गाभाऱ्याच्या बाह्य भिंतीवर तीन मोठ्या कोनाड्यात सूर्याच्या तीन मूर्ती तीन दिशांना स्थित होत्या. सकाळ, दुपार व संध्याकाळ अशा तिन्ही वेळी संबंधित मूर्तीवर सूर्यकिरणे पडत असत. बाल्यावस्था, युवावस्था व प्रौढावस्था अशा तीन रूपातील तीन मूर्ती अनुक्रमे ८, ९.५ व ३.५ फूट उंच होत्या. त्यातील प्रौढावस्थेतील मूर्ती घोड्यावर बसलेली आहे. प्रवेशद्वारापाशी सिंहाचे भव्य शिल्प आहे. सिंह हत्तीचा, हत्ती मानवी आकृतीचा पाडाव करीत आहे, असे ते शिल्प आहे. हा सिंह ४ फूट लांब, ४.९ फूट रुंद व ९.२ फूट उंच आहे. सिंह म्हणजे सामर्थ्य, हत्ती म्हणजे वैभव. या दोन्ही गोष्टींचा अतिरेक अथवा अहंकार झाला म्हणजे तो मानवाला चिरडतो असे यातून दर्शवायचे असावे.

मंदिर तीन प्रकारच्या दगडांनी बांधले आहे. दरवाजाच्या चौकटीसाठी क्लोराईट (तसेच काही शिल्पांसाठीही), पायऱ्या व चौथऱ्यासाठी चिरा व खोंडालाइट दगड मंदिराच्या इतर भागांसाठी वापरला गेला. दोन दगड धातूच्या पट्ट्यांनी जोडले होते. खोंडालाइट दगडाची लवकर झीज होते. ज्यावेळी मंदिराचे काही भाग उद्ध्वस्त झाले, त्यावेळी दगडांच्या अपक्षीणनाने अजूनच हानी झाली असावी. मंदिराच्या बांधकामासाठी व शिल्पकारीसाठी वापरण्यात आलेला दगड उच्च प्रतीचा नव्हता, म्हणून त्याच्यावर शिंपल्यापासून बनवण्यात आलेल्या चुन्याचे पातळ आवरण चढवण्यात आले होते. अशा प्रकारे दगड संरक्षित करण्यात आला होता. या आवरणावर साजेसे रंग चढवले गेले होते. काही काही भागांवर हे रंग अद्यापही दिसून येतात. यापैकी कुठलाच दगड जवळपास उपलब्ध नव्हता. त्याअर्थी तो लांबून आणण्यात आला असावा. बांधकामासाठी वापरण्यात आलेले दगड उदयगिरी, खंडगिरी व भुवनेश्वर इथून आणण्यात आले असावेत असे म्हटले जाते. त्यासाठी नदीचा वापर करण्यात आला असावा. बांधकामासाठी हे दगड गुळगुळीत करण्यात आले की जेणेकरून दोन दगडांमधील जोडही अभावानेच आढळेल. गाभाऱ्यात उतरण्यासाठी वायव्य दिशेला पायऱ्या आहेत. गाभाऱ्याची जमीन क्लोराईट दगडांनी बनवलेली होती. त्याचा आकार १० मीटर × १० मीटर होता. जमिनीला उत्तरेकडे किंचित उतार होता व पाणी जाण्यासाठी छोटा चर होता. छतावरच्या मोठ्या शिळेवर ५ मीटर व्यासाचे एक पूर्ण उमललेले कमळ कोरले होते. त्याच्या प्रत्येक पाकळीवर नृत्य करणारी सुंदरी कोरली होती. गाभाऱ्याच्या खोलीच्या भव्यतेमुळे आधारासाठी छतामध्ये ९.९ इंचाचे व ४० फूट लांबीचे लोखंडी बीम वापरले होते. गाभाऱ्याच्या मध्ये ११′ × ७′ ६′′ × ४′ ८′′ या मापाचा एक चौथरा बनवला होता. त्यावर चढण्यासाठी पायऱ्या बनवल्या होत्या. या चौथऱ्याच्या बाजूंवर वेलींचे सुंदर नक्षीकाम केले होते, तसेच वेगवेगळ्या प्रकारचे प्राणी व राजा नरसिंह देव त्याच्या सेवकांसह अथवा सहकाऱ्यांसह सूर्याची पूजा करत आहे असे कोरीव काम होते.

मंदिराचे प्राकार ८६५ × ५४० फूट आकाराचे असून त्याभोवती दगडी भिंत होती. तिला तीन भव्य प्रवेशद्वारे होती. मंदिर परिसरात पश्चिमेकडे एक प्राचीन मंदिर उत्खननात सापडले. त्याला 'मायादेवी मंदिर' असे संबोधले जात होते, पण ते एक सूर्यमंदिरच होते असे नंतरच्या अभ्यासावरून दिसून येते. या मंदिराचा पाया कमळपुष्पाच्या आकाराचा होता. नवव्या शतकातील पूर्वीच्या सूर्यमंदिराचा उल्लेख जो अनेक ठिकाणी येतो ते हे मंदिर असावे. अथवा भव्य कोणार्क मंदिर उभारण्यापूर्वीची ही तयारी असावी; कारण त्यावरील काही आकृती या कोणार्क मंदिराच्या शिखराच्या प्रतिकृती म्हणून दाखवण्यात येतात. या मंदिराच्या वायव्येकडे एक विश्वात्मा मंदिर पण आहे. भोगमंडपाच्या दक्षिणेकडे पाकशाळेचे अवशेष आहेत.

ही पाकशाळा नंतरच्या काळात बांधण्यात आली होती. यामध्ये पाण्याची व्यवस्था, वापरलेल्या पाण्याचा बाहेर जाण्याचा मार्ग, पाणी साठवण्याची सोय, मसाले व धान्य कुटण्यासाठी उखळी, मोठ्या तीन तोंडाच्या चुली इ. चे अवशेष सापडले. आवारात पाण्यासाठी २ विहिरींची सोय आहे. मंदिराच्या आवारात एक भव्य नवग्रह शिळा होती.

भारतीय ग्रंथांमध्ये कोणार्कचा उल्लेख 'कैनपरा' म्हणून केलेला आढळतो. ते एक व्यापाराचे प्रमुख बंदर होते. बंगालचा सुलतान सुलेमान खान कर्रानी जो काळा पहाड म्हणून ओळखला जात होता त्याने १५६८ मध्ये ओडिशावर स्वारी केली. त्याने अनेक मंदिरे तोडली. मंदिराची दधिनौती तोडण्यात तो यशस्वी झाला. त्यामुळे मंदिराचे शिखर कोसळले. त्यावेळी कलिंग मुस्लीम राजवटीखाली आले. १५७३ नंतर मंदिराकडे पूर्ण दुर्लक्ष झाले. अनेक वर्षं दुर्लक्षित राहिल्यामुळे हळूहळू मंदिर उद्ध्वस्त होऊ लागले. दगडांवरील लाईकेनचे निरीक्षण करता हा कालावधी ३५७ वर्षांचा होता. या कालावधीत मंदिराच्या आसपास जंगल वाढले. हिंस्र पशूंचा वावर वाढला. त्यामुळे दिवसाही मंदिराच्या जवळपास फिरकणे दुरापास्त झाले. यथावकाश मंदिराचा एकेक भाग कोसळत गेला. ब्रिटिशांच्या छायाचित्रात गाभाऱ्यातील शिखराचा एक भाग शिल्लक राहिलेला पाहायला मिळतो. नंतर तोही कोसळला. ब्रिटिशांच्या कालावधीत मंदिराचा गाभारा पडण्यापासून वाचवण्यासाठी वाळूने भरण्यात आला. १४ व्या शतकातील एक शिलालेख मंदिरावरच कोरला आहे. त्यात मंदिरातील देवदेवता व धार्मिक विधींसंदर्भातील विविध अधिकारी यांचा उल्लेख आहे. याचा अर्थ तेव्हा मंदिर पूर्ण झाले होते व पूजेशी संबंधित विविध धार्मिक विधी तेव्हा सुरू होते.

मुळात मंदिर समुद्रकिनाऱ्यावरच बांधले गेले होते, पण आता समुद्र इथून ३ कि. मी. दूर सरकला आहे. संपूर्ण किनारपट्टीवर हे मंदिर 'काळा पॅगोडा' म्हणून ओळखले जात होते. समुद्रातून व्यापाराकरिता त्यावेळी मोठमोठी जहाजे ये–जा करत असत. मंदिराच्या शिखरावर चुंबकीय गुणधर्म असलेला दगड बसविला होता. त्यामुळे जहाजांची दिशादर्शक यंत्रे काम करीत नसत व आपटून फुटत असत. म्हणून पोर्तुगीज नाविकांनी वरील दगड काढून टाकला. त्यामुळे मंदिराचे संतुलन गेले व शिखर ध्वस्त झाले व पडले. त्याच्या वजनाने खालील भिंतीही भग्न झाल्या.

भारतातील सर्वांत मोठ्या मंदिरांमध्ये याची गणना होते. ताडपत्री हस्तलिखिते कोणार्क सूर्यमंदिराच्या वास्तूविषयी सविस्तर माहिती देतात. त्यात कारागीर, त्यांचे पगार, आचरणाचे नियम, पैशांचा जमाखर्च इ. गोष्टींची सविस्तर नोंद आढळते. १८३८ मध्ये जेम्स फर्ग्युसनने मंदिराला भेट दिली. त्याच्या पुस्तकातील त्याने केलेले वर्णन असे – 'संपूर्ण जगातील अलंकारित वास्तू – किमान बाहेरून तरी! मंदिराच्या विविध भागात एकवाक्यता व बारकाव्यातील सखोलता इतकी परिपूर्ण आहे की त्याचा दृश्य परिणाम म्हणून दिसणारी वास्तू केवळ अद्भुत आहे!'

गंड भेरूंड

स्थान : बळ्ळिगावी गावाच्या मध्यावर.

दैवत / देवता : पक्षिराज गरुड

■ **ऐतिहासिक पार्श्वभूमी :** गंड भेरुंड म्हणजे अफाट मायावी शक्ती असलेला दोन डोक्यांचा पौराणिक पक्षी. लोककथेनुसार गंड भेरुंड हा हत्तींचा शत्रू असून त्यांच्या मांसावर उपजीविका करतो. गंड-भेरुंड स्तंभाच्या तळाशी असलेल्या शिलालेखाप्रमाणे वनवासीच्या कदंबा वंशातील राजा चामुंडरायरसाने इ. स. १०४७ मध्ये हा स्तंभ उभारला. शिलालेखाप्रमाणे हा स्तंभ श्री जगद्देकमल्लेश्वराच्या मंदिरासमोर उभारण्यात आला होता. पण या मंदिराचा एकही अवशेष आता शिल्लक नाही. म्हैसूरच्या वडियार घराण्याचे गंड भेरुंड हे 'राजचिन्ह' होते. नंतर कर्नाटक सरकारने आपले अधिकृत चिन्ह म्हणून त्याचा स्वीकार केला.

■ **स्थापत्य :** बळ्ळिगावी गावाच्या मध्यावर असणारे एक खास शिल्प म्हणजे 'गंड भेरुंड स्तंभ'. गंड भेरुंड स्तंभ हा एका दोन स्तरांच्या ३ मीटर उंच दगडी जोत्यावर उभारलेला आहे. हा गोल स्तंभ ३० फूट उंच असून त्याचा व्यास १५ इंच आहे. सध्या हा स्तंभ 'गरुड स्तंभ' म्हणून ओळखला जातो. स्तंभाच्या वर एका षट्कोनी आकाराच्या दगडी बैठकीवर दोन चोचींचा व मानवी शरीर असलेला पौराणिक पक्षी होता. या पक्ष्याचा पुतळा हा उभ्या अवस्थेत व लढाऊ पावित्र्यात दोन चोची विरुद्ध दिशेला असणारा आहे. त्याच्या एका हातात गिळण्यास तयार असणारे मानवी शरीर आहे व दुसऱ्या हाताने तो मानवी शरीर तोंडात घालत आहे. गंड भेरुंडचा हा पुतळाही आता स्तंभशीर्षावर नाही. वरून बैठकीसह पुतळा खाली पडला व तुकड्या-तुकड्यात विखुरला. म्हैसूर पुरातत्त्व खात्याने शिल्पकाराकडून जुन्या मूर्तीची हुबेहूब प्रतिकृती बनवून घेतली आणि आता ती स्तंभाच्या तळाशी जाळीचे दार असलेल्या एका देवकोष्ठात स्थापन केली आहे. या मूर्तीच्या मोठ्या डोळ्यांत अंगार असून खांद्यापासून पायापर्यंत तिने विविध अलंकार धारण केले आहेत. मान व डोक्यावर पिसे आहेत. मूर्तीच्या अंगावर पीतांबर व उत्तरीय आहे. ते मोठ्या कौशल्याने कोरले आहे.

जगन्नाथ

स्थान : ओडिशा राज्यात जगन्नाथपुरी येथे.

दैवत/ देवता : भगवान जगन्नाथ, बलभद्र आणि सुभद्रा

■ **ऐतिहासिक पार्श्वभूमी :** भारतातील चार धामांपैकी हे एक धाम आहे. ओडिशातील हे सर्वांत उंच मंदिर आहे. त्याला 'व्हाइट पॅगोडा' असेही म्हटले जाते. इंद्रद्युम्न नावाच्या राजाने मूळ मंदिर बांधले. स्कंद पुराण व ब्रह्मपुराण यातील उल्लेखाप्रमाणे विश्ववसु नावाचा सावर राजा 'नील माधव' स्वरूपातील भगवान जगन्नाथाची पूजा करीत होता. राजा इंद्रद्युम्नने भगवान जगन्नाथांसाठी जगातील सर्वात उंच वास्तू बांधली. याची उंची ४५७.२ मी. आहे. मंदिराचा इतिहास कोष 'मंडला पंजी'वरून पुरीवर मुघलांकडून अठरा वेळा आक्रमण व नंतर लूटमार करण्यात आली. मराठी राजा शिवछत्रपती यांनी त्यांच्या काळात मुघलांकडून मंदिर ध्वस्त होण्यापासून वाचवले.

कलिंगराजा अनंतवर्माने मंदिराचे सुरुवातीचे बांधकाम सन १०७८ ते ११४८ मध्ये केले. आधी जगमोहन

व विमानाचे बांधकाम झाले. ओरिया राजा अनंग भीमदेव राजाने मंदिराची पुनर्बांधणी करून त्याला आजचे स्वरूप दिले.

▪ **स्थापत्य :** गाभाऱ्यात रत्नवेदीवर तिघांच्या हात नसलेल्या लाकडी मूर्ती स्थापित आहेत. तसेच सुदर्शनचक्र, मदनमोहन, श्रीदेवी व भूदेवी हेदेखील रत्नवेदीवर स्थापित आहेत. तीन देवता सम्यक दर्शन, सम्यक ज्ञान व सम्यक चरित दर्शवितात. त्यांच्या एकत्रीकरणातून मोक्षाकडे जाण्याचा मार्ग सुकर होतो. जगन्नाथ विष्णू, नारायण किंवा कृष्ण म्हणून व बलभद्र शेषनाग म्हणून पूजले जातात. तसेच या देवता भैरव व विमला यांच्याशीही संबंधित आहेत. त्यांच्या मूर्ती परिसरात स्थापित आहेत. अशा प्रकारे या तीर्थक्षेत्री आपल्याला हिंदू, जैन व बौद्ध यांचे एकत्वही पाहायला मिळते. पंचरथ रेखा आराखड्याप्रमाणे बांधलेले हे मंदिर पूर्वाभिमुख आहे. मंदिर उंच जगतीवर उभे आहे, पण त्याचा बहुतांशी भाग जमिनीखाली आहे. दृश्य जगती तीन स्तरीय असून त्यावर कोरीव काम केलेले आहे. देवळाची भिंत पंचांग पद्धतीची म्हणजे ५ तत्त्वे असलेली आहे.

मंदिर परिसराचे क्षेत्रफळ ४,००,०००^{२} फूट (३७,०००^{२} मीटर) इतके आहे. परिसराभोवती २० फूट उंच भिंत असून तिला 'मेघनाद प्राचेरी' म्हणतात. मंदिराभोवती असलेल्या दुसऱ्या भिंतीला 'कूर्मवेढा' म्हणतात. परिसरात लहानमोठी १२० मंदिरे आहेत. ओरिसा वास्तुशैलीतील हे मंदिर भारताच्या भव्य स्मारकांपैकी एक आहे. मंदिराचे चार भाग आहेत – मुखशाळा (मुखमंडप), नाटामंदिर (जगमोहन), भोगमंडप आणि गर्भगृह! जगमोहन मंडपाच्या भिंती जास्तीत जास्त १८ फूट जाड आहेत व त्याला तीन प्रवेशद्वारे आहेत. पूर्वभिंतीवर चित्रकाम केलेले आहे. त्यात कांची–कावेरी मोहीम रंगवलेली आहे. श्रीकृष्णाच्या जीवनातील प्रसंग कोरीव कामात पाहायला मिळतात. जगमोहनाचे छत लोखंडी तुळयांवर तोलले आहे. बाह्य भिंतींवर मैथुनशिल्पे कोरली आहेत.

भोगमंडप हा मूळ कोणार्क मंदिराचा भाग होता. तो सुटा करून १८ व्या शतकात परत मराठ्यांकडून पुरीमध्ये जोडला गेला. भास्कर पंडित नावाच्या वास्तुशास्त्रज्ञाने ४० लाख रुपये खर्चून १२ वर्षांच्या कालावधीत तो बांधला. त्याची जगती ७ × ६'' उंच असून त्याचे माप ५८' × ५६' आहे. जगतीवर कोरीव काम केलेले आहे. भोगमंडप लाल वालुकामय दगडाने बनला आहे. त्याच्या भिंतीवर रामराज्याभिषेकाचे प्रसंग कोरले आहेत. तसेच 'इंद्रसभा'ही कोरली आहे. बाह्य भिंतीवर एका शिलेवर नटराजाचे 'संध्यातांडव' कोरले आहे. 'शिल्पप्रकाश'मध्ये वर्णिल्याप्रमाणे सुरसुंदरीच्या १६ आकृत्या वेगवेगळ्या मुद्रेत कोरल्या आहेत.

मुख्य मंदिर वक्ररेषेत असून त्याच्या टोकावर विष्णूचे 'श्रीचक्र' स्थापित आहे. त्याचे नाव नीलचक्र असून ते आठ आऱ्यांचे आहे. त्याचा परीघ ११ मीटर (३६ फूट) आहे. प्रत्येक एकादशीला चक्राजवळ दिवा लावला जातो. हे अष्टधातूचे बनलेले असून पवित्र मानले जाते. मंदिराचे शिखर दगडी जोत्यावर उभे असून २१४ फूट (६५ मीटर) उंच आहे (गाभाऱ्याच्यावर). त्याला लागून असलेल्या मंडपाची व इतर मंदिरांची पिरॅमिडसारखी शिखरे पर्वतरांगांच्या शिखरांसारखी भासतात.

मंदिराला चार दिशांना चार प्रवेशद्वारे आहेत. प्रवेशद्वार म्हणजे चौकोनी बांधकाम असून वर पिरॅमिडसारखे शिखर आहे. दाराची चौकट काळ्या क्लोराईट दगडातील असून दरवाजे भक्कम साल लाकडाचे आहेत. मुख्य प्रवेशद्वाराला सिंहद्वार म्हणतात. त्याच्या दोन्ही बाजूला दोन गर्जना करणाऱ्या सिंहाच्या भव्य प्रतिमा आहेत. दाराच्या उजव्या बाजूला 'पतितपावन' म्हणून संबोधल्या जाणाऱ्या जगन्नाथाचे चित्रण आहे. पूर्वीच्या काळी जेव्हा अस्पृश्य समजल्या जाणाऱ्या लोकांना मंदिरात प्रवेश नव्हता, तेव्हा ते पतितपावनाचे दर्शन घेऊ

शकत होते. दाराच्या दोन्हीकडे द्वारपाल जय–विजय आहेत. मुख्य दारासमोर १० मीटर उंचीचा सोळा बाजू असलेला अखंड अरुण स्तंभ उभा आहे. त्याच्या शीर्षावर सूर्याचा सारथी 'अरुण'ची प्रतिमा आहे. पूर्वी हा स्तंभ कोणार्क सूर्य मंदिरासमोर होता. मराठी गुरू ब्रह्मचारी गोसेन यांनी तो तिथून हलवून पुरीला उभा केला. त्याचा चौथरा ६ फूट उंच व कोरीव काम केलेला आहे. त्याच्या बाजू ७ फूट ९ इंच मापाच्या आहेत.

इतर तीन प्रवेशद्वारांची नावे हत्तीद्वार, व्याघ्रद्वार व अश्वद्वार अशी आहेत. सिंहद्वार धर्माचे प्रतीक आहे तर हत्तीद्वार, अश्वद्वार व व्याघ्रद्वार अनुक्रमे ऐश्वर्य, ज्ञान व वैराग्य यांचे प्रतीक आहे. अश्वद्वारावर भित्तिस्तंभावर एक काळा व एक पांढरा घोडा आहे व त्यावर बलभद्र व जगन्नाथ स्वार झाले आहेत असे दर्शविले आहे.

मंदिर परिसरात रोहिणी कुंडाजवळ विमला मंदिर आहे. हे शक्तिपीठांपैकी एक आहे. देवी सतीची नाभी इथे पडली होती. जगन्नाथांना अर्पण करण्यात आलेला नैवेद्य जोपर्यंत देवी विमलाला दाखवण्यात येत नाही, तोपर्यंत तो महाप्रसाद समजला जात नाही.

मुख्य मंदिराच्या चालीरीतींमध्ये (धार्मिक समारंभामध्ये) देवी महालक्ष्मीच्या मंदिराची महत्त्वाची भूमिका आहे, असे समजले जाते की भगवान जगन्नाथांना अर्पण करण्यात येणारा नैवेद्य देवी महालक्ष्मीच्या देखरेखीखाली बनला जातो.

पश्चिमेकडच्या द्वाराजवळ चार प्रमुख तीर्थे आहेत – बद्रिनाथ, द्वारका, रामेश्वरम् व जगन्नाथ! जवळच असलेले नरसिंह मंदिर, मुख्य मंदिरापेक्षाही आधी बांधले गेले आहे असे म्हणतात. गंगा राजवटीतील राजा अनंगभीमदेव तिसरा याच्या शिलालेखात जगन्नाथ मंदिराच्या सणसमारंभांची व चालीरीतींची माहिती वर्णिली आहे, हा शिलालेख पाताळेश्वर मंदिरात आहे.

धार्मिक समारंभांसाठी सम्मिलीत होण्याकरिता उंच चौथऱ्यावर उभे असलेले अनेक मंडप योजिले आहेत. मुक्ती मंडपामध्ये निवडक विद्वान ब्राह्मण बसत असत. मुक्तिमंडप हा ग्रॅनाइटचा ५ फूट उंच चौथरा आहे. हा चौरस मंडप १२ स्तंभांचा व १०० वर्गफूट क्षेत्रफळाचा आहे. याच्याजवळच रोहिणीकुंड आहे. भाविकांकडून याचे पाणी पवित्र समजले जाते. तिथे चार हात असलेल्या कावळ्याची प्रतिमा पाहायला मिळते.

'डोला मंडप' म्हणजे एक सुंदर नक्षीदार कमान आहे की जिथे डोलयात्रेच्यावेळी खुद्द भगवान जगन्नाथ झोके घेतात. त्यांना 'डोलगोविंदा' म्हणून संबोधिले जाते.

भोगमंडपामध्ये दिवसातून सहा वेळा जगन्नाथांना नैवेद्य दाखविला जातो. मंदिराची पाकशाळा ही आधी जगातील सर्वांत मोठी पाकशाळा होती. पाकशाळा १५० लांबी × १०० रूंदी × २० उंची फूट मापाची आहे.

त्यात ३२ खोल्या व २५० मातीच्या चुली आहेत. भगवान जगन्नाथांच्या नैवेद्याकरिता ६०० आचारी व त्यांचे ४०० मदतनीस रोज कार्यरत असतात. रोज एक लाख लोकांसाठी भोजन बनवले जाऊ शकते (केवळ २ तासांच्या सूचनेवरून). इथे मातीच्या भांड्यांमध्ये अन्न शिजवले जाते. त्यासाठी गंगा व यमुना नावाच्या दोन विशेष विहिरींचे पाणीच वापरले जाते. देवतांना अर्पण करण्याच्या नैवेद्यात ५६ भोगांचा समावेश असतो.

सोळाव्या शतकात मंदिरावर दाट चुन्याचा गिलावा देण्यात आला. खाऱ्या हवेने मंदिरावरील शिल्पांचे संरक्षण करण्यासाठी तेव्हा हे पाऊल उचलण्यात आले. राजा प्रतापरुद्रदेवच्या कालावधीत पहिल्यांदा जगमोहन व दोन्ही विमाने यांच्यावर गिलावा करण्यात आला. मंदिर जेव्हा भारतीय पुरातत्त्व विभागाच्या देखरेखीखाली १९७५ मध्ये सोपवण्यात आले, तेव्हा हा गिलावा काढण्यात आला व मंदिरावरील सुंदर शिल्पकाम उजेडात आले. तोपर्यंत मंदिराचे सौंदर्य व शिल्पकला अंधारातच होती. ज्यामुळे अनेक परदेशी अभ्यासकांचे मंदिराबद्दल चुकीची वक्तव्ये करण्यात पर्यवसान झाले.

श्रीमंदिरच्या खजिन्याला 'रत्नभांडार' असे म्हणतात. हा खजिना ७ खोल्यांत सामावला आहे. ४ एप्रिल २०१८ या दिवशी तपासणीसाठी हा खजिना उघडण्यात आला होता. प्राचीन मंडला पंजीनुसार राजा अनंगभीमदेवने २.५० लाख मढ़ा सोने जगन्नाथांना विविध दागिने करण्यासाठी अर्पण केले होते (१ मढ़ा = १/२ तोळे = ५.८३१९ ग्रॅम). दिग्विजय द्वारावर असलेल्या कोरीव मजकुराप्रमाणे इ. स. १४६६ मध्ये राजा गजपती कपिलेंद्र देवने अफाट प्रमाणात सोने व दागदागिने मंदिराला अर्पण केले होते. रत्नभांडारात १५० कि. पेक्षा जास्त सोने व २५८ कि. चांदी होती, असे १९७८ च्या मोजणीत दिसून आले होते. रत्नभांडारात मोती, प्रवाळ, चांदीची भांडी, मौल्यवान खडे इ. अनेक गोष्टींचा समावेश आहे.

महालक्ष्मी

स्थान : महाराष्ट्रातील कोल्हापूर येथे.

दैवत/देवता : देवी अंबाबाई

▪ **ऐतिहासिक पार्श्वभूमी :** हिंदुधर्मातील विविध पुराणांमध्ये ज्या १०८ शक्तिपीठांचा उल्लेख आहे त्यात महालक्ष्मी मंदिराचाही समावेश आहे. पंचगंगा नदीच्या काठी मंदिर स्थित आहे. इ. स. १०९ मध्ये राजा कर्णदेव याने येथील झाडेझुडपे साफ करून पहिल्यांदा मंदिर उजेडात आणले. याचा अर्थ ते यापूर्वी अस्तित्वात होते. अनेक पुराणांमध्ये मंदिराचा उल्लेख आहे. कोकण राजा कामदेव, चालुक्य, शिलाहार, देवगिरीचे यादव यांनी या शहराचा दौरा केला होता, याचे पुरावे उपलब्ध आहेत. आद्य शंकराचार्य, शिवाजी महाराज व त्यांचे वंशज यांनीही मंदिरात दर्शन घेतले होते. मंदिराच्या बाहेर उपलब्ध असलेल्या शिलालेखावरून मंदिर १८०० वर्षे जुने

आहे. चालुक्य राजांनी सातव्या शतकात मंदिराचे बांधकाम केले. आठव्या शतकात मंदिर भूकंपाने कोसळले. त्यानंतर विविध राजांनी मंदिरात भर टाकली व इतर देवतांच्याही मूर्ती स्थापित केल्या. देवीचे नाव 'अंबाबाई' म्हणून रूढ झाले. राजांनीदेखील दागदागिने व हिरेमाणके अर्पण केली. तेराव्या शतकात शंकराचार्यांनी नगारखाना, कार्यालय व दीपमाळा यांची भर टाकली. मराठा राजवटीत मंदिराची डागडुजी करण्यात आली. अनेक हल्ल्यांमुळे मंदिराच्या सभोवताली असलेल्या देखण्या देवता मूर्तींचे अतोनात नुकसान झाले. मुघल राजवटीत भक्तांनी देवीची मूर्ती सुरक्षेस्तव लपवून ठेवली. संभाजी महाराजांनी कालांतराने मूर्तीचा शोध घेऊन त्याची परत स्थापना करवली. आता परिसरात पाच प्रमुख मंदिरे व सात दीपमाळा आहेत. तसेच लहानमोठी ३५ मंदिरे अस्तित्वात आहेत.

■ **स्थापत्य :** मंदिर जगतीवर उभे असून चांदणीच्या आकाराच्या पायावर उभे आहे. मंदिर दक्षिणी चालुक्य शैलीत व हेमाडपंथी शैलीत बांधले आहे. मंदिराचे रंगमंडप, गणपती चौक, अंतराळ व गाभारा असे भाग आहेत. जिथे पहिली अष्टकोनी दगडी कमान बांधली आहे. तिथून रंगमंडप सुरू होतो. याचे दर्शन मंडप व कूर्म मंडप असे दोन भाग आहेत. दर्शन मंडप म्हणजे जिथून देवीच्या मूर्तीचे दर्शन होते; त्याचे छत अष्टकोनी स्तरात रचले आहे. कूर्म मंडपात मध्यभागी कासव कोरले आहे. याचे छतही सुंदर कोरीव काम केलेले आहे. दोन्ही मंडपांना सुबक कोरीव काम केलेले अनेक स्तंभ आहेत. याकरिता काळा कडाप्पा, बसाल्ट व कर्नाटकी दगड वापरला आहे. गणपती चौकात दोन द्वारपाल जय-विजय कोरले आहेत. त्यांनी एका रात्रीत महालक्ष्मी मंदिर बांधले अशी दंतकथा आहे. ती दर्शविण्याकरिता त्यांच्या शेजारीच कुदळ व फावडे कोरले आहे. गणपती चौकात एक गणपतीची मूर्ती स्थापित आहे. त्याच्या एका बाजूला अगस्ती ऋषी व लोपामुद्रा यांच्या मूर्ती आहेत. गणपती चौक व कूर्म मंडप या दोन्हींचे बांधकाम यादवराजा सिंघण याने केले. गाभाऱ्यापासून गणपती चौकापर्यंतचे बांधकाम काळ्या दगडातले आहे. त्यानंतरचा भाग मराठ्यांच्या कालावधीत लाकडात बांधला आहे. सर्वांत बाहेरचा भाग जो गरूडमंडप म्हणून ओळखला जातो, तो दक्षिण मराठी राज्याचे राजदूत दाजी पंडित यांच्या कारकिर्दीत बांधला गेला.

गाभाऱ्यात देवी महालक्ष्मीची मूर्ती स्थापित आहे. ती मौल्यवान खड्यांची बनलेली असून कमीत कमी ५००० ते ६००० वर्षे जुनी आहे. ३ फूट उंचीची देवीची मूर्ती काळ्या रंगाची असून ४० कि. वजनाची आहे. मौल्यवान रत्नांनी मूर्ती मढविलेली आहे. देवीचा चौथरा दगडी आहे. देवीला चार हात असून खालील उजव्या हातात म्हाळुंग, वरच्या उजव्या हातात कौमुदकी (गदा), जी जमिनीला स्पर्श करीत आहे, वरच्या डाव्या हातात खेटक व खालच्या डाव्या हातात पाणपात्र धारण केलेले आहे. देवीच्या मुकुटावर नागफणा व शिवलिंग कोरले आहे. देवीच्या मागे देवीचे वाहन सिंह आहे. मूर्ती पश्चिमाभिमुख आहे. पश्चिमेकडच्या भिंतीवर एक छोटीशी खिडकी आहे. त्यातून येणारी मावळत्या सूर्याची किरणे वर्षातून एकदा देवीच्या मुखावर पडतात. या समारंभाला 'किरणोत्सव' (सांज सूर्य किरणोत्सव) असे म्हणतात.

सतीचे शव खांद्यावर घेऊन शिव जेव्हा पृथ्वीवर फिरत होते, तेव्हा देवीचे तीनही नेत्र इथे पडले अशी समजूत आहे. इतर शक्तिपीठांप्रमाणे इथेही काळभैरवाचे मंदिर आहे. दगडी कमानीतून प्रवेश केल्यावर थोड्या अंतरावर गाभाऱ्याची काळी दगडी कमान आहे. ती शिव-शक्तीच्या मिलाफाचे प्रतीक समजतात. संपूर्ण मंदिराचे वजन या कमानीवर तोलले आहे.

गाभाऱ्यावर शिखर आहे. शिखराच्या आत गणपतीची मूर्ती आहे. त्यामागे दगडी कमानीत कीर्तिमुख कोरले आहे. गणपतीसमोर एक चौकोनी शिवलिंग आहे. त्याला मातृलिंग म्हणतात. या कक्षासमोरच नंदी

स्थापित आहे. देवीच्या मूर्तीच्या डाव्या हाताला असणारा जिना या वरच्या कक्षात घेऊन जातो. बाराव्या शतकात यादव राजाने हे लिंग स्थापिले.

मुख्य मंदिराच्या डाव्या हाताला महासरस्वतीचे व उजव्या हाताला महाकालीचे मंदिर आहे. दोन्ही मंदिरे शिलाहार राजा गंदरादित्याने ११ व्या शतकात बांधली. मुख्य मंदिरात श्रीयंत्र कोरलेले आहे.

तिन्ही गाभाऱ्यांच्या बाह्य भिंतीवर कोरीव काम आहे. त्यावर भौमितीय व फुलांच्या आकृत्या आहेत. तसेच सुरसुंदरी व नृत्य अप्सरा यांची ६४ शिल्पे असणारे अनेक कोनाडे आहेत. त्यांना 'चौसष्ट योगिनी' असेही म्हटले जाते. गाभाऱ्याच्या बाह्य देवकोष्ठांमध्ये व्यंकटेश, कात्यायनी व गौरीशंकर अनुक्रमे उत्तर, पूर्व व दक्षिण दिशांना तोंड करून आहेत. हवेतून उंचावरून बघितल्यावर मंदिराची चार शिखरे व मध्यभागी एक शिखर दिसते. पूर्वे कडच्या सर्वांत उंच शिखराखाली देवी महालक्ष्मीचा गाभारा आहे. सर्व ५ घुमट अलीकडच्या काळात बांधलेले आहेत. त्यांची विमाने पिरॅमिडसारखी आहेत.

मंदिर परिसरात काशी व मनकर्णिका नावाची दोन तळी होती. मनकर्णिका तलावाजवळ उद्यान विकसित केले आहे. पूर्व प्रवेशद्वाराजवळ सुंदर कोरीव काम केलेले अष्टकोनी आकारातले शेषशायी विष्णूचे मंदिर आहे. त्याच्या छतावर फुलांचे कोरीव काम केले आहे. याच्या बाह्य भिंतीवर वरच्या बाजूला जैन तीर्थंकरांचे ६० पुतळे स्थित आहेत. पूर्वी हे जैन तीर्थंकर नेमीनाथ यांचे देऊळ होते असे समजले जाते. पण आता गाभाऱ्यात विष्णूची शेषशायी मूर्ती आहे. मुख्य मंदिराभोवती षट्कोनासारख्या आकारात दगडी भिंत आहे. आवाराला एकूण ४ प्रवेशद्वारे आहेत. मुख्य प्रवेशद्वार पश्चिमेकडे आहे. उत्तरेकडच्या प्रवेशद्वारापाशी एक मोठी घंटा टांगली आहे. तिचा आवाज ४ मैलांपर्यंत ऐकू जातो. तसेच इथे एक तोफही ठेवली आहे. विशिष्ट दिवशी विशिष्ट वेळी तिची सलामी दिली जाते. आवारात इतर अनेक मंदिरे आहेत जसे की नवग्रह, सूर्य, महिषासुरमर्दिनी, विठ्ठल-रुक्मिणी, शिव, विष्णू, तुळजाभवानी इत्यादी. मंदिराचे एकूण आवार २७,००० वर्ग फुटांचे आहे.

अशी समजूत आहे की अगदी महाप्रलयकाळातही देवी लक्ष्मी हा परिसर सोडून जाणार नाही. म्हणून या प्रदेशाला 'अविमुक्तक्षेत्र' असेही म्हटले जाते.

शब्दार्थ सूची

- **अग्रहार :** दान दिलेली जमीन, शैक्षणिक केंद्र किंवा गुरुकुल
- **संध्याभाषा :** वज्रयान बुद्धांची तांत्रिक भाषा
- **जगती :** अधिष्ठान, पाया, उंच चौथरा
- **भूमिज शिखर :** अनेक मजले व वेगवेगळ्या मापांची छोटी छोटी शिखरे असलेल्या मंदिरांचे शिखर
- **सप्तभूमिज :** सात मजली भूमिज पद्धतीचे शिखर
- **देवकोष्ठ :** देवदेवतांच्या मूर्ती स्थापित करण्यासाठी केलेले मंदिरांमधील किंवा बाह्य भिंतींवरील कोनाडे
- **अंतराळ :** सभामंडप व गाभारा या दोघांच्यामध्ये असलेली जागा
- **कक्षासने :** मंदिराच्या मंडपात कडेने बसण्यासाठी तयार केलेले दगडी ओटे
- **सप्तमातृका :** मातृदेवतांचा गट, आदि सप्तशतीची रूपे
- **जीनाकृती :** जैन धर्मातील उपास्य मूर्ती
- **मुंडमाला :** शिखराचे बांधकाम नसलेले मंदिर
- **रेखा प्रसाद :** उत्तर भारतातील मंदिरांच्या शिखरांचा प्रचलित प्रकार
- **गजपृष्ठ आराखडा :** हत्तीच्या पाठीसारखा मंदिराचा आराखडा
- **आमलक :** मंदिराच्या शिखरावरील कळस
- **सुकनासी/सुखनासी/शुकनासी :** मुख्य शिखराला जोडून पुढे असलेला कमी उंचीचा भाग
- **वीरगळ :** वीरांच्या स्मरणार्थ घडविलेल्या कोरीव शिळा
- **द्विकुट :** दोन गाभारे व दोन शिखरे असलेले मंदिर
- **त्रिकुट :** तीन गाभारे व तीन शिखरे असलेले मंदिर
- **ललाटबिंब :** मंदिरांच्या दरवाज्यांवरील कोरीव पट्टी
- **दधिनौती :** शिखराचा मुख्य भाग
- **अष्टदिक्पाल :** आठ दिशांच्या अधिपती देवता

* 9 7 8 9 3 8 7 4 0 8 9 2 0 *
FCW - #0241 - 061026 - C224 - 244/170/24 - PB - 9789387408920 - Matt Lamination